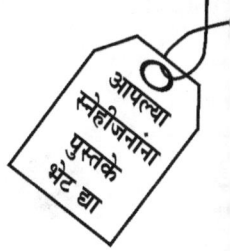

आपल्या स्नेहीजनांना पुस्तके भेट द्या

मुरली

वि. स. खांडेकर

मेहता पब्लिशिंग हाऊस

Email : info@mehtapublishinghouse.com
production@mehtapublishinghouse.com
sales@mehtapublishinghouse.com

Website : www.mehtapublishinghouse.com

◆ *या पुस्तकातील लेखकाची मते, घटना, वर्णने ही त्या लेखकाची असून त्याच्याशी प्रकाशक सहमत असतीलच असे नाही.*

MURLI by V. S. KHANDEKAR

मुरली : वि.स. खांडेकर / कथासंग्रह

© सुरक्षित

मराठी पुस्तक प्रकाशनाचे हक्क मेहता पब्लिशिंग हाऊस, पुणे.

प्रकाशक : सुनील अनिल मेहता, मेहता पब्लिशिंग हाऊस,
१९४१, सदाशिव पेठ, माडीवाले कॉलनी, पुणे - ४११०३०.

मुखपृष्ठ : बाळ ठाकूर

प्रकाशनकाल : १९६० / मार्च, १९९६ / डिसेंबर, २००६ /
मार्च, २०१५ / पुनर्मुद्रण : मार्च, २०१८

P Book ISBN 9788171615261
E Book ISBN 9788184986624
E Books available on : play.google.com/store/books
m.dailyhunt.in/Ebooks/marathi
www.amazon.in

इंग्रजी व संस्कृत ललित-वाङ्मयाची
माझी आवड ज्यांच्या अध्यापनामुळे
डोळस आणि चौकस झाली,
ते फर्ग्युसन महाविद्यालयातील माझे गुरू
प्रा. वासुदेव बळवंत पटवर्धन
व
डॉ. पांडुरंग दामोदर गुणे
यांच्या स्मृतीस

श्री. वि. स. खांडेकरांच्या एकूण १९ कथांचा समावेश असलेला 'मुरली' हा कथासंग्रह प्रथम १९६० साली प्रसिद्ध झाला.

नव्या आवृत्तीच्या वेळी, रसिक वाचकांच्या सोयीसाठी आम्ही हेतुत: मूळ कथासंग्रहाचे 'बुद्धाची गोष्ट' व 'मुरली' असे दोन सुटसुटीत कथासंग्रह केले आहेत.

जुन्या व नव्या पिढीतील वाचक श्री. खांडेकरांच्या अन्य पुस्तकांप्रमाणेच या पुस्तकांचेही उत्स्फूर्त स्वागत करतील, ही आम्हांस खात्री आहे. या दोन्ही संग्रहांना मूळ 'मुरली' कथासंग्रहात लिहिलेली वि. स. खांडेकर यांची प्रस्तावना 'दोन शब्द' वाचकांच्या सोयीसाठी देत आहोत.

प्रकाशक

दोन शब्द

'मु र ली' हा गेल्या काही वर्षांतल्या माझ्या एकोणीस कथांचा संग्रह आहे.

चाळीस वर्षांपूर्वी मी कथा लिहायला सुरुवात केली. तेव्हा कथालेखनाविषयी माझी जी समजूत होती, ती आता राहिलेली नाही. चांगली गोष्ट लिहिणे ही किती अवघड गोष्ट आहे, याची जाणीव त्या वेळेपेक्षा आज शतपटीने तीव्र झाली आहे; पण गेली तीन तपे कथेने उन्हात आणि पावसात, चांदण्यात आणि काळोखात माझी सोबत केली आहे. लहानपणी 'घोडा, घोडा' म्हणून खेळायला घेतलेली काठी म्हातारपणी लटपटणाऱ्या शरीराला आधार देण्याकरिता उपयोगी पडावी, तशी कथा अजूनही आपल्या परीने माझी सोबत करीत आहे. तिच्या सहवासात जे काही मला तीव्रतेने जाणवले, ते टिपण्याची आणि शब्दांकित करण्याची ही धडपड आहे.

'अपघात', 'मुरली', 'माणूस', 'कैदी', 'कलाकार', 'पाप', 'आकाश', इत्यादी कथांच्या पार्श्वभूमीचे विवेचन या संग्रहात करता आले असते, तर बरे झाले असते. पण रुग्णशय्येवरून मी हे दोन शब्द लिहीत असल्यामुळे या बाबतीतल्या असमर्थतेबद्दल वाचकांनी मला क्षमा करावी.

कोल्हापूर,   **वि. स. खांडेकर**
दि. ३०-९-६०
(विजयादशमी)

अनुक्रमणिका

हिरण्यकेशी

गेल्या महिन्यात आमच्याकडे पाहुणा नाही, असा एक दिवस गेला नाही! 'अतिथी देवो भव' हा ऋषींनी दिलेला सल्ला प्राचीन काळी ठीक होता. त्यावेळी प्रवास फार जिकिरीचा असे. त्यामुळे पाहुणा ही अतिशय दुर्मीळ चीज होती! पण या विसाव्या शतकात मोटारी, आगगाड्या, विमाने वगैरे वाहनांनी प्रवासाच्या साऱ्या गैरसोयी नेस्तनाबूद करून टाकल्या आहेत. त्याचा परिणाम असा झालाय की, हिरोशिमावर पडलेल्या ॲटम बाँबप्रमाणे कुठून, कोण पाहुणा, केव्हा आपल्यावर येऊन आदळेल, याचा नेम सांगता येत नाही. उजाडते, न उजाडते तोच पाहुणे जसे कावळ्याप्रमाणे दारावर ओरडू लागतात, तसे ते भूतपिशाचांप्रमाणे ऐन मध्यरात्रीही दार ठोठावतात! कुणी कोर्टाच्या कामाकरिता येतो, कुणी मुलीला स्थळ पाहायला फिरत असतो, कुणी गावात भरलेले कोंबड्यांचे, नाहीतर डुकरांचे प्रदर्शन बघायला धाव घेतो! एक ना दोन, हजार कामे असतात त्यांची! आणि ही कामे जशी नाना प्रकारची, तशा त्यांच्या सवयी आणि आवडी-निवडीही चित्रविचित्र! कुणी कांद्याला शिवत नाही, तर कुणाचे कांद्यावाचून चालत नाही! कुणी संकष्टी करून गणपतीला प्रसन्न करू पाहतो; तर कुणी प्रदोष करून त्याच्या बापाला खूश करू इच्छितो! नवाच्या ठोक्याबरोबर एक घोरू लागतो; तर बाराचे ठोके पडले, तरी दुसऱ्याचे डोळे मिटत नाहीत!

गेला महिनाभर असा सारखा धुडगूस चालला होता आमच्या घरी. त्यामुळे माझी बायको इतकी कावून गेली की, सांगून सोय नाही! पूर्वीच्या ऋषींनी गृहस्थाश्रमानंतर सांगितलेला वानप्रस्थाश्रम शक्य तितक्या लवकर आपण स्वीकारू या, असा ती मला आग्रह करू लागली होती!

मात्र काल दुपारपासून माझ्या पत्रिकेत उच्चीचे ग्रह शिरले असावेत! चोवीस तास होऊन गेले होते, तरी अजून एकही पाहुणा उपटला नव्हता! वानप्रस्थाश्रमाकडे वळलेले पत्नीचे मन, कोणता सिनेमा पाहिला असता गृहस्थाश्रमात परत येईल,

याचा मी मनाशी विचार करू लागलो. तेवढ्यासाठी दुपारचे जेवण होताच विचारविनिमयाकरिता तिला मी मुद्दाम माडीवर बोलावले. आजची संध्याकाळ मधुचंद्राच्या पहिल्या रात्रीप्रमाणे मोठ्या मौजेने घालविण्याचा आम्ही दोघांनी बेत केला. मिसळ कुठे खायची, आईस्क्रीम कुठे घ्यायचे, चित्रपट पाहताना बॉक्समध्येच का बसायचे, वगैरे वगैरे सर्व कार्यक्रम ठरला आणि आश्चर्याची गोष्ट म्हणजे, तो अगदी एकमताने मंजूर झाला!

इतक्यात खाली दाराची घंटा खणखणली! माझ्या अंगावर काटा उभा राहिला. सौभाग्यवती वेड्यासारखी माझ्याकडे पाहू लागली.

मी किंचित कापऱ्या स्वराने वरूनच विचारले,

"कोण आहे रे दत्ता?"

गडी खालून ओरडला,

"पाहुणे!"

पाहुणे! त्या शब्दासरशी मी खुर्चीतून उठून आरामखुर्चीत बसलो आणि बायकोकडे टकमक पाहू लागलो.

पुरुषांपेक्षा बायकांच्या अंगी प्रसंगावधान अधिक असते. सौभाग्यवती माझ्याप्रमाणेच मनात चडफडू लागली होती; परंतु आपली नाराजी चेहऱ्यावर न दर्शविता ती मुकाट्याने खाली गेली.

हे आलेले पाहुणे कोण असावेत, किती असावेत? कुणी धृतराष्ट्र तर सहकुटुंब सहपरिवार आमच्याकडे आला नाही ना? या आलेल्या पाहुण्यांत आज कुणाकुणाला गुरुवार असेल, कुणाचे काय पथ्य असेल, इत्यादी गोष्टींचा कपाळाला हात लावून मी विचार करू लागलो. इतक्यात जिन्यातून सौभाग्यवतीचा आनंदी आवाज ऐकू आला,

"अहो, खाली या ना!"

बायका पुरुषापेक्षा नाटकी असतात, हेच खरे. नाहीतर आमच्या हिला आनंद होण्यासारखे असे खाली काय झाले होते? काय, लॉटरीत लाखाचे बक्षीस मिळाल्याची तार आली होती?

आरामखुर्चीतून न उठता त्रासिक स्वराने मी विचारले,

"अगं, कोण आलंय ते तरी सांगशील की नाही?"

ती हसत उत्तरली,

"तुमचे जीवश्चकंठश्च मित्र! दामूकाका!"

"दामूकाका आलाय?" मधली एकेक पायरी सोडूनच मी जिना उतरलो. खाली सोप्यावर आलो. झोपाळ्यावर हुश्श करीत बसलेल्या दामूकाकाकडे नजर टाकली. त्याची दाढी, पंचा, खादीचा सदरा, मळकी गांधी टोपी, वगैरे सर्व काही

जागच्या जागी होते!

स्वारी बरीच दमून आलेली दिसली! मी त्याच्यापाशी जाऊन बसलो नि त्याच्या खांद्यावर हात ठेवीत म्हणालो,

"गृहस्था! इतके दिवस होतास कुठं?"

"कुठं म्हणजे? मातृभूमीच्या मांडीवर! कोकणात!"

"गेले सहा महिने?"

"सहा महिनेच काय, पण सहा वर्षं काढली पाहिजेत, इतकं काम आहे आंबोलीला!"

"या सहा महिन्यांत दोन ओळींचं कार्ड पाठवायलासुद्धा तुला फुरसद झाली नाही?"

"मी फार महत्त्वाच्या कामांत गुंतलो होतो, दिग्या!"

"खादी-प्रचार, नीरा-प्रचार, खजूर-प्रचार असलं काही काम होतं वाटतं?"

"छट्! ही कामं फार जुनी झाली! मी एका अभिनव कामात गुंतलो होतो. जागतिक दृष्टीनंसुद्धा त्या कामाला फार महत्त्व आहे. उद्या युनो कदाचित मला बोलावून घेईल, इतकं..."

"त्या कामाचं काही नाव-गाव सांगशील की नाही?"

"मी संशोधन करीत होतो, दिगंबर, संशोधन!"

"कसलं? तिकडं रेडीला, का कुठं मँगनीजच्या खाणी सापडल्या आहेत, म्हणे! पण तुला तर सायन्सचा गंध नाही!"

"चुलीत गेलं तुझं ते सायन्स नि मँगनीज! किती झालं, तरी दगड, ते दगड! माझं संशोधन फार उच्च प्रकारचं होतं, दिगंबर! ते भौतिक नव्हतं; आत्मिक होतं."

सौभाग्यवती मधेच म्हणाली,

"दामूकाका, मी भातपिठलं करते. तोपर्यंत तुम्ही अंघोळ उरकून घ्या. नि मग जेवल्यावर यांच्याशी हव्या तेवढ्या गप्पा मारा!"

"गप्पा मारायला आलो नाही वहिनी मी आज! एका जुन्या संस्कृत पोथीचं संशोधन करून, ती बरोबर घेऊन आलोय! इथं कुणी बडे शास्त्री आहेत ना? त्यांना काही शंका विचारून, मग हे संशोधन प्रसिद्ध करणार आहे मी! पीएच.डी. मिळेल, असं संशोधन आहे. अरे हो, एक गोष्ट विचारायची राहिलीच की तुम्हाला, वहिनी! केशवपनाबाबत तुमचं काय मत आहे?"

या दाम्याला वेड लागले आहे की काय, हे मला कळेना! विधवेचे तांबडे लुगडे ही आता पदार्थसंग्रहालयातली वस्तू होऊन बसली! नि हा प्रश्न करतोय केशवपनाबद्दल! बिचारी सौभाग्यवती तरी या विक्षिप्त प्रश्नाला काय उत्तर देणार! ती तोंडाला पदर लावून हसू लागली.

दामूकाकाने भिंतीला टेकून ठेवलेले आपले सामान पुढे ओढले. त्यातून दोन हिराच्या केरसुण्या, एक आमसुलाची पिशवी, काजूगराचा एक लहानसा पुडा, चार गुडगुडी, इत्यादी साहित्य बाहेर काढले. या सर्व गोष्टी सौभाग्यवतीला मोठ्या प्रिय होत्या. शिवाय आमच्या घरी येणाऱ्या पाहुण्यांत दामूकाका हा एकच पाहुणा असा होता की, जो रिकाम्या हातांनी कधीही येत नसे. तो जिथून आला असेल, तिथली एखादी अपूर्वाईची वस्तू अगत्याने आणायचे बाळकडूच या ब्रह्मचाऱ्याला मिळाले होते.

दामूकाका आले आहेत, असे सांगताना पाहुण्यांच्या वर्दळीला कंटाळलेल्या सौभाग्यवतीच्या स्वरात जो आनंद उमटला होता, तो त्याच्या गोड स्वभावामुळेच! दामूकाका माझा तर लंगोटीयार मित्र होताच! पण सौभाग्यवतीलासुद्धा गेली पंचवीस वर्षे अगदी घरच्यासारखा वाटायचा. ती त्याला दामूभावजी म्हणू लागली होती. पण दामूकाका या नावात 'महात्मा', 'आचार्य', 'लोकमान्य', 'सेनापती' या शब्दांसारखे वैशिष्ट्य असल्यामुळे मीच त्या नावाला विरोध केला होता. दामूकाका सार्वजनिक काका झाला होता!

दामूकाकाची स्वारी अंघोळीला गेली. सौभाग्यवतीने स्वयंपाकघर गाठले. मी झोपाळ्यावर झोके घेत बसलो. पण प्रत्येक झोक्यासरशी माझे मन मागच्या काळात जाई आणि दामूकाकाची एखादी मजेदार आठवण घेऊन परत येई. आमच्या विद्यार्थिदशेतली गोष्ट! शाळेतल्या पन्नास वर्षांच्या एका विधुर शिक्षकांनी चौदा वर्षांच्या पोरीशी लग्न केले! दामूकाकाने पुढली वादविवाद मंडळाची सभा त्यांच्या अध्यक्षतेखालीच ठेवली. सभेचा विषय दिसायला अगदी साळसूद होता : 'सामाजिक सुधारणा'. पण प्रत्यक्ष सभेत दामूकाकाचे वक्तृत्व सुरू होऊन, त्याने जेव्हा शारदा नाटकातले उतारे म्हणून दाखवायला सुरुवात केली, तेव्हा अध्यक्ष संतापाने तांबडेलाल झाले आणि त्यांनी सभा मध्येच बरखास्त केली!

अशा दामूकाकाने मिठाच्या सत्याग्रहाच्या वेळी शाळेला रामराम ठोकला, यात नवल कसले? शिरोड्याच्या मीठलुटीत स्वारीने चार लाठ्यासुद्धा खाल्ल्या! एवढेच नव्हे, तर पुढे दोन-तीन वर्षे सरकारी कर असलेले मीठ खायचे नाही, म्हणून दामूकाकाने जेवणातून मीठच वर्ज्य केले होते! त्यानंतर दोन-तीन वर्षे गृहस्थ खादीच्या प्रेमात पडला. अगदी रोमिओ ज्यूलिएटच्या प्रेमात पडला, तसा! त्या काळात त्याने केवळ मलाच नव्हे, तर सौभाग्यवतीलासुद्धा गोणपाटे नेसायला लावली! पुढे त्याची संक्रांत वळली, ती आरोग्यविषयक सुधारणांकडे! त्याच वेळी कुठल्याशा अतिशय अवघड अशा इंग्रजी नावाच्या एका रोगाने मी दोन महिने अंथरुणाला खिळलो. माझ्या आजाराची बातमी कळताच ही स्वारी समाचाराला आली. सर्व डॉक्टरांची निदाने आणि औषधे चुकीची आहेत, दिवसातून सहा वेळा

एनिमा दिला की, दिगंबर तीन दिवसांत खडखडीत बरा होईल, असे या वाग्भटाने माझ्या बायकोला बजावले. दिवसातून सहा वेळा एनिमा घ्यायचा, हे ऐकूनच माझ्या तोंडचे पाणी पळाले! पण माझ्या सुदैवाने त्याच वेळी कुठेतरी एक नीरा केंद्र सुरू व्हायचे होते. त्या कामाकरता दामूकाकाला तारेने आमंत्रण आले, म्हणूनच मी त्या एनिम्याच्या भवचक्रातून सुटलो.

गृहस्थ जितका प्रेमळ, तितकाच प्रामाणिक! पण सदैव पायांवर नक्षत्र पडलेले! आणि डोक्यात चक्र फिरत असलेले. बेचाळीसच्या वेळी एका शुभमुहूर्तावर दामूकाका आपल्यासारखेच चार-पाच लोक घेऊन आमच्या घरी आला. आपण सर्वांनी मिळून जवळचे एक स्टेशन मध्यरात्री जाळले आहे, ही बातमी त्याने शांत चित्ताने मला सांगितली! त्या दिवशी त्याला आणि त्याच्या देशभक्त दोस्तांना लपवून ठेवता ठेवता माझ्या नाकी नऊ आले!

या विक्षिप्तरावाच्या अशा एक ना दोन, अनेक आठवणी माझ्या मनात जाग्या झाल्या. आज पोतडीत ही स्वारी कुठली तरी संस्कृत पोथी कोंबून आली आहे, हे मघाशीच उघड झाले होते; पण त्या पोथीचा केशवपनाशी काय संबंध असावा, हे पुन:पुन्हा डोके खाजवूनही माझ्या लक्षात येईना! काहीच संबंध नसता, तर त्याने आपल्या वहिनीला तो आगापिछा नसलेला विचित्र प्रश्न विचारला नसता! त्याच्या पोथीविषयी नकळत माझ्या मनात मोठे कुतूहल निर्माण झाले.

दामूकाका हात धुऊन आला. मुखशुद्धीकरता तोंडात शेंगदाणे टाकीत टाकीत तो मला म्हणाला,

"मधे गोवा सत्याग्रहाच्या वेळी मी आंबोलीला काही गुप्त काम करीत होतो, हे तुला ठाऊक आहे ना?"

"ते तर मरेपर्यंत माझ्या लक्षात राहील, त्यावेळी एके दिवशी भर मध्यरात्री तू आमच्याकडे आलास. मी दार उघडून अंधारात पाहतो, तो समोर हातात बंदूक घेतलेला एक मनुष्य उभा! माझी बोबडीच वळली, तुझा तो अवतार पाहून! 'दिग्या, ओळखलंस का मला?' हा प्रश्न तू मला दारात केला नसतास, तर मी तिथल्या तिथं झीट येऊन पडलो असतो!"

जुन्या पराक्रमाच्या या स्मृतीने दाढी-मिश्यांत लपून बसलेल्या दामूकाकाच्या ओठांवर हसू उमटले. क्षणभर थांबून तो म्हणाला,

"त्यावेळी मी आंबोलीभोवतालचा सारा भाग पालथा घातला. तिथं फिरता फिरता या संशोधनाचा विचार माझ्या मनात आला. पण तेव्हा वेळ नव्हता. म्हणून यंदा तिथं बैठक मारली. तिथली हिरण्यकेशी नदी कधी पाहिली आहेस?"

"शाळेत असताना आपली ट्रिप गेली नव्हती का? तू विसरलास वाटतं ते? हिरण्यकेशीचा प्रवाह उगमापाशी अगदी बारीक आहे, नाही? गुडघे टेकून आणि

मान वाकवून, खुरडत खुरडत एका काळोख्या गुहेत जावं लागतं तो पाहायला!''

''बरोबर सांगितलंस! पण मुख्य प्रश्न हा आहे— या नदीचं नाव हिरण्यकेशी का पडलं? भारतातल्या दुसऱ्या कोणत्याही नदीचं नाव इतकं सुंदर नाही. हिरण्य म्हणजे सोनं, हे तुला ठाऊक आहे ना?''

मी बोलून गेलो,

''या नदीच्या पात्रात सोनं सापडत असेल!''

''पात्र आहेस झालं! अरे वेड्या! कोकणचा सोन्याशी काही संबंध असला, तर तो केवड्याच्या कणसांशी नि फणसांतल्या गऱ्यांशी!''

स्वत:ला सावरून घेण्याकरिता मी म्हणालो,

''तू आंबोलीला या नावाच्या संशोधनाकरिता सहा महिने राहिलास?''

दामूकाका प्रथम नुसता हसला. मग मोठा गंभीर चेहरा करून तो म्हणाला,

''संशोधन हे मोठं बिकट शास्त्र आहे म्हटलं, दिगंबरपंत! या नदीच्या उगमाजवळच एक चांगलं रम्य स्थान आहे. एक धनगर माझा वाटाड्या होता. त्या स्थानाबद्दलची आख्यायिका त्यानं मला सांगितली. फार फार जुन्या काळी तो कुत्री ऋषींचा आश्रम होता, म्हणे!''

मी मधेच म्हटले,

''कुत्री ऋषी? असं कसं रे ऋषीचं नाव असेल?''

''मलासुद्धा तीच शंका आली पहिल्यांदा. मग वाटलं, पुराणात एक ऋष्यशृंग आहे ना? डोक्यावर शिंग असलेला! तसा कुत्र्यासारखे शेपूट असलेला हा कुणी जुनापुराणा ऋषी असेल. पण या नावापेक्षा त्यानं सांगितलेल्या दुसऱ्या गोष्टीनंच माझ्यातला संशोधक जागा झाला. त्या आश्रमाची जी जागा दाखवितात, तिच्यावर एखाद्या स्त्रीने चुकून पाऊल ठेवले, तर तिचे केस भराभर गळू लागतात, म्हणे! एका दिवसात केशवपन केल्यासारखी स्थिती होते तिची!''

''काहीतरी भाकडकथा सांगतोहेस तू!''

''अरे बाबा, मलासुद्धा हे ऐकून हसू आलं! मग या चमत्काराची सविस्तर हकिकत एका संस्कृत हस्तलिखित पोथीत आहे, असं कळलं. त्या पोथीची सारी पानं मिळवण्यात माझे तीन-चार महिने गेले. काही पानं वाण्याच्या दुकानात मिळाली, काही एका वैद्याकडे सापडली. या पोथीतल्या कथेवरून असं वाटतं की, केशवपनाची चाल ही बुद्धाच्या वेळच्या भिक्षुणींपासून सुरू झालेली नाही. तिचा उगम प्राचीन काळच्या एका ऋषीच्या अनुभवांत आहे. नि दुसरी महत्त्वाची गोष्ट म्हणजे, आपण मानतो तितकी केशवपनाची चाल वाईट नाही! किंबहुना स्त्रिया सार्वजनिक कामांत पडू लागल्यानंतर तशी काहीतरी व्यवस्था असणं जरूर आहे! पाश्चात्त्य स्त्रिया केस बॉब करतात ना? त्याचंसुद्धा मूळ मी सांगतोय, त्या गोष्टीतच असावं!''

मी हसत म्हणालो,

"पण तुझी ही गोष्ट तर ऐकू दे आधी!"

"अरेच्या! तुला ती पोथी दाखवायला विसरलोच मी!" असे म्हणत दामूकाका उठला. आपल्या सामानातल्या एका मोठ्या पिशवीतून त्याने ती काढली. रंगावरून ती पोथी फार जुनी दिसत होती!

दामूकाकाने विचारले,

"या पोथीतले संस्कृत श्लोक म्हणून दाखवून त्यांचा अर्थ सांगू की गोळाबेरीज करून नुसती गोष्टच सांगू?"

"गोष्ट तर आधी सांग. मग संस्कृत श्लोकाचं पाहू. पंजाब मेलप्रमाणे शक्लृपच् म्हणण्याचे आपले ते दिवस गेले, दामू!"

घसा खाकरून दामूकाका सांगू लागला.

"फार प्राचीन काळची गोष्ट आहे ही! त्यावेळी अत्रि ऋषी हे भारतवर्षात सर्वश्रेष्ठ ऋषी मानले जात असत. बाकीच्या ऋषींत रागीट, लंपट, भांडखोर अशी पुष्कळ मंडळी होती; पण अत्रि म्हणजे सर्व सद्‌गुणांचा— सत्य, क्षमा, शांती, अहिंसा, ब्रह्मचर्य वगैरे वगैरे सद्‌गुणांचा पुतळा होता. या अत्रि ऋषीचं ब्रीदवाक्य होतं, 'अत्रि अन् सर्वांशी मैत्री!' "

"त्या काळाचे बुद्ध किंवा गांधी होते म्हणेनास हे अत्रि ऋषी?"

"बरोबर बोललास. या अत्रि ऋषींनी आपल्या एका पट्टशिष्याला सांगितलं, परशुरामानं समुद्र मागं हटवून जी भूमी निर्माण केली आहे, तिथं एका आश्रमाची स्थापना कर. सर्वांशी मैत्री हे जे माझं ब्रीद आहे, त्याचा तिथं प्रचार कर. या नव्या भूमीवर कुणाचं स्वामित्व असावं, यासंबंधानं तिथल्या दोन बलिष्ठ राजांत भांडण सुरू झालं आहे. हे अंतर्ज्ञानानं मला नुकतंच कळलं! माझी प्रतिज्ञा तर अशी आहे की, उभ्या भारतवर्षात कुठंही युद्ध होता कामा नये. लढाईच काय, पण साधं भांडणसुद्धा कुठंही होऊ नये. वाघ आणि शेळी, साप आणि बेडूक, मांजर आणि उंदीर, इत्यादी प्राणीसुद्धा बंधुभावानं राहावेत, म्हणून मी खटपट करीत आहे. अशा स्थितीत दोन राजांचं युद्ध सुरू होणं म्हणजे जगात शांती-स्थापना करण्याच्या आपल्या प्रयत्नांवर पाणी पडल्यासारखं आहे. तेव्हा वत्सा, तू तिथं जा आणि त्या नव्या भूमीच्या मालकीकरता भांडणाऱ्या त्या दोन राजांत सख्य निर्माण होईल, असं कर."

"मोठे ध्येयवादी होते हं तुझे हे अत्रि ऋषी. नि त्यांचा तो शिष्यसुद्धा! एका पारड्यात प्रेसिडेंट विल्सन घातले नि दुसऱ्यात अत्रिमुनी बसले, तर त्यांचंच पारडं जड होईल, असं मला वाटतं!"

"तुझं मत मग सांग. गोष्ट तर ऐक पुढली! अत्रिंचा तो शिष्य आंबोलीला

आला. त्यानं तिथं आश्रम स्थापन केला. तो स्वत:ला अत्रिच म्हणवून घेत असे; पण आश्रमाच्या संरक्षणाकरिता त्यानं पाळलेली पुष्कळशी कुत्री पाहून अडाणी लोक त्याला कुत्री ऋषी म्हणू लागले. पण त्यानं नुसती जंगली कुत्रीच पाळली नव्हती हं! दोन लांबसडक, सोनेरी केस असलेल्या सुंदर, तरुण शिष्यिणीही त्याच्या आश्रमात होत्या! त्या शिष्यिणींचं या पोथीतील वर्णन असं काव्यमय आहे, म्हणतोस! 'लटपट लटपट तुझं चालणं', 'सुंदरा मनामधि भरली' वगैरे लावण्यांच्या मुस्कटात मारील, असं! अरे बाबा, काही झालं, तर देवभाषा, ती देवभाषा!"

"पण तुझे हे शिष्यवर ब्रह्मचारी होते ना?

"हो."

"ब्रह्मचाऱ्यानं स्त्रीसहवास टाळला पाहिजे, असं आपली जुनी शास्त्रं सांगतात आणि तुझे हे आंबोलीला आलेले ऋषी तर..."

"या पोथीत त्यासंबंधी सतरा मार्मिक श्लोक आहेत. मी फक्त मुद्दे सांगतो तुला त्यातले. पहिला मुद्दा हा की, सत्य हे सौंदर्याचंच निराळं रूप आहे, म्हणून सत्याची उपासना करणाऱ्या ऋषींच्या आश्रमात सौंदर्याला मज्जाव करणं मूर्खपणाचं आहे. दुसरा मुद्दा, सूर्याला वैदिक वाङ्मयात आणि ऋषिजीवनात फार मोठं स्थान आहे. त्या सुंदर तरुणींच्या सोनेरी केसांकडे पाहून या शिष्यवरांना नेहमी सूर्याच्या सोनेरी किरणांची आठवण होई. तिसरा मुद्दा, ज्या शत्रूवर विजय मिळवायचा असेल, त्याला तोंड देऊन, प्रसंगी त्याच्या अंगाला अंग घासून, माणसानं त्याचा पराभव केला पाहिजे. शत्रूकडे पाठ फिरवून काही कुणी शूर ठरत नाही! आंबोलीला आलेल्या त्या ऋषिवर्यांना स्त्रीचा मोह जिंकायचा होता. तो जिंकण्याकरिता अष्टौप्रहर दोन सुंदर तरुणींच्या सहवासात राहणं हा एकच वीराला शोभणारा मार्ग त्यांना मोकळा होता. त्यांनी त्या तरुणींच्या बाबतीत विलक्षण प्रयोग करून पाहिले! या पोथीत त्या प्रयोगांचं सविस्तर वर्णन आहे."

"ते जाऊ दे रे! तुझ्या या कथेचा शेवट सांग मला, म्हणजे झालं. त्या दोघींपैकी कुणाच्या पाशात हे शिष्यवर सापडले? की एकाच वेळी दोघींच्याही पाशांत—"

दामूकाका खो खो हसत म्हणाला,

"तुझ्यामाझ्यासारख्या सामान्य माणसांनी स्वत:वरून असल्या असामान्य माणसांची परीक्षा करू नये, दिगंबर! हे ऋषिमहाराज दोघींपैकी एकीलाही भुलले नाहीत. अरे, शंकराने मदनाला जाळलं होतं ना? ती राख अंगाला फासून बसलेले महात्मे हे! ती काही तुमच्यासारखी लंपट माणसं नव्हेत! उलट, त्या दोघी शिष्यिणींनी सर्व मनोविकारांवर विजय मिळवून जगापुढं एक नवा उच्च आदर्श ठेवावा, म्हणून ऋषिमहाराजांनी अखंड प्रयत्न केले. त्या दोघींनी काहीतरी खुसपट काढून भांडू नये,

म्हणून वस्त्रं, खाणं, पिणं, शय्या वगैरे सर्व बाबतींत आश्रमात दोघींची व्यवस्था अगदी एका प्रकारची ठेवली जाई. महाराजांच्या खास सेवेचा मान प्रत्येकीला दर दिवसाआड मिळे. महाराज पर्णकुटीबाहेर पडले की, ते उजवा हात एकीच्या खांद्यावर ठेवून चालत. स्त्रीस्पर्शात एकप्रकारची वीज असते आणि ती आत्म्याच्या स्फुरणाला उपकारक ठरते, असा त्यांचा अनुभव होता. मात्र त्या दोघींत उजवे-डावे असा काही भेद होऊ नये, म्हणून आज उजव्या बाजूला घेतलेल्या सुंदरीला ते दुसरे दिवशी डाव्या बाजूला घेत आणि आजची डाव्या बाजूची शिष्या दुसऱ्या दिवशी त्यांची उजवी बाजू विभूषित करी.''

या गोष्टीचा शेवट विश्वामित्राच्या कथेसारखा नाही, हे दामूकाकाच्या बोलण्यावरून उघड झाले. माझी उत्सुकता अधिकच चाळवली गेली. मी म्हणालो,

''अरे गृहस्था! या प्रकरणाचा निकाल कसा लागला, ते तरी—''

''तेच सांगतोय ना! आश्रमाची घडी नीट बसल्यावर ऋषिमहाराजांनी त्या दोन भांडणाऱ्या राजांकडे आपले दोन शिष्य प्रतिनिधी म्हणून पाठविले. एका शुभ दिवशी त्या दोन्ही राजांनी आश्रमात यावं आणि आपला वाद सामोपचारानं मिटवावा, अशी त्या शिष्यांनी त्यांना विनंती केली. आश्रमाची शुक्लेंदूप्रमाणे वाढणारी लोकप्रियता लक्षात घेऊन त्या राजांनी ती विनंती मान्य केली. दोघं ठरलेल्या दिवशी आश्रमात आले. ते महाराजांच्या पर्णकुटिकेतच चर्चेला बसले. चर्चा गुप्त असल्यामुळे त्या दिवशी महाराजांच्या खास सेवेला असलेल्या शिष्यिणीलासुद्धा पर्णकुटिकेपासून शंभर पावलं दूर जाऊन उभं राहावं लागलं. युद्ध आणि कलह या किती वाईट गोष्टी आहेत, हे ऋषिमहाराजांनी राजांना अनेक धर्मवचनांच्या आधारे समजावून सांगितलं. त्यांनी अत्रिमहर्षींची कीर्ती ऐकली होती. त्यांचे शिष्य असलेले हे ऋषीही केवढे मोठे तपस्वी आहेत आणि पृथ्वीवर स्वर्ग निर्माण व्हावा, म्हणून ते जिवाचा किती आटापिटा करीत आहेत, हे त्या दोन्ही राजांना पूर्णपणे पटलं. 'कितीही नुकसान झालं, तरी शांतीचा भंग होईल असं काही आम्ही करणार नाही,' अशा अर्थाच्या मजकुरावर सह्या करण्याचं त्या दोघांनी कबूल केलं.

तो मजकूर लिहिण्याकरिता ऋषिमहाराजांनी भूर्जपत्र हाती घेतलं. इतक्यात विश्वशांतीच्या या व्यापक प्रश्नात अतिथिसत्काराचं काम तसंच राहून गेलं आहे, हे त्यांच्या लक्षात आलं. त्यांनी बाहेर शंभर पावलांवर उभ्या असलेल्या शिष्यिणीला मोठ्यानं हाक मारून फलाहार आणायला सांगितलं. पण ''आले हं, आचार्य'' हे मधुर उत्तर काही त्यांच्या कानांवर पडलं नाही. त्यांनी संतापून तिला दोन-तीन हाका मारल्या; पण बाहेर सुरू झालेल्या कसल्या तरी कोलाहलात त्या विरून गेल्या! आपल्या पर्णकुटीत विश्वशांतीच्या चर्चा सुरू असताना बाहेर अशी गडबड सुरू व्हावी, हे काही ऋषिवर्यांना आवडलं नाही. पण भोवतालच्या भागातले रानटी लोक

या राजांना पाहण्याकरिता आश्रमात जमा झाले असावेत आणि आश्रमातल्या शिस्तीची सवय नसल्यामुळे ते बडबडत आणि गोंधळ करीत बाहेर उभे असावेत, अशी त्यांची समजूत झाली.

त्यांचा भूर्जपत्रावरील मजकूर लिहून झाला, तरी फलाहार आत आला नाही. दोन्ही राजांच्या सह्या घेऊन मगच आपण अतिथिसत्काराची व्यवस्था करण्याकरिता बाहेर जावं, असा त्यांनी विचार केला. पहिला राजा त्या भूर्जपत्रावर सही करू लागला. इतक्यात बाहेरून कुणीतरी किंचाळलं,

“अगं आई, गं! मेले! मेले!”

त्याच्या पाठोपाठ दुसरं कुणीतरी किंचाळलं,

“अगं आई, गं, मेले! मेले!”

हा कसला आरडाओरडा आहे, हे पाहण्याकरता ऋषिमहाराज आणि दोन्ही राजे लगबगीने पर्णकुटीबाहेर आले. पाहतात, तो आश्रमापासून सुमारे पन्नास पावलांच्या अंतरावर जमिनीवर इकडेतिकडे फळे पसरली आहेत, एका मृत्कुंभाचे तुकडे होऊन त्यातले पाणी खाली सांडले आहे, तिथेच दोन बायका एकमेकींच्या झिंज्या धरून ओढीत आहेत, एकमेकींना नखांनी ओरबाडीत आहेत, एकमेकींचे चावे घेण्याचा प्रयत्न करीत आहेत आणि तोंडाने ‘सटवे’, ‘हडळ कुठली’, ‘लावसट’, ‘अगं कैदाशिणी’ अशी मुक्ताफळं उधळीत आहेत!

आपण पाहत आहो, हे भयंकर स्वप्न आहे की, त्याच्याहूनही भयंकर सत्य आहे, ते ऋषिमहाराजांना कळेना! ते दोन्ही राजेही या अपूर्व युद्धाकडे कुतूहलाने पाहू लागले. त्यांनी द्वंद्वयुद्धे पुष्कळ पाहिली होती; पण आश्रमाच्या पवित्र भूमीत होणारे आणि सुंदर तरुणींच्या दरम्यान चाललेले असे द्वंद्वयुद्ध ते आयुष्यात प्रथमच पाहत होते. त्या तरुणीही दुसऱ्यातिसऱ्या कुणी नसून विश्वशांतीचा पुरस्कार करणाऱ्या ऋषिमहाराजांच्या पट्टशिष्यिणी! आपण पाहत आहो हे भयंकर स्वप्न आहे की, त्याच्याहूनही भयंकर असे सत्य आहे, हे त्यांनाही कळेना.

स्तिमित झालेले ऋषिमहाराज हे भांडण सोडवायला पुढे धावत गेले. पण भडकलेली आग विझवायला गेलेला मनुष्य तिच्यात भाजून निघावा, तशी त्यांची स्थिती झाली. आता शिष्यिणींच्या भांडणाची उन्मादावस्था सुरू झाली होती. त्यामुळे मधे पडलेल्या आचार्यांना दोन्ही बाजूंकडून चापट्या, चिमटे वगैरे प्रसाद मुक्तहस्ताने मिळू लागला. आचार्य मोठे प्रज्ञावंत होते. त्या दोघींनी एकेका मुठीत एकमेकींचे लांबसडक सोनेरी केस घट्ट धरले असल्यामुळेच त्यांना दूर करणे आपल्याला कठीण जात आहे, हे त्यांनी ओळखले. शेवटी शिष्यांची सेना मदतीला धावली, तेव्हा कुठे त्या चिडलेल्या नागिणींचे हे अपूर्व द्वंद्वयुद्ध संपुष्टात आले!

आचार्यांनी लगेच त्या भांडणाच्या कारणाची चौकशी सुरू केली. तिच्यातून

इतक्या गोष्टी निष्पन्न झाल्या— तो दिवस ज्या शिष्यिणीच्या खास सेवेचा होता, ती सकाळपासून मोठ्या आनंदात होती. आज दोन राजे आचार्यांकडे येणार, त्यांना फलाहार देण्याचे काम आपल्याकडेच असणार, साहजिकच त्या दोघांच्या नजरेला आपले सौंदर्य पडणार, त्यातला एक ना एक राजा आपल्यावर भाळणार आणि आपण लवकरच कुठल्या तरी राजाची पट्टराणी होणार, अशा मनोराज्यात ती गुंग होती.

दुसरीला तिच्या या मनोराज्याचा पत्ता लागला. आजच्या बड्या पाहुण्यांना फलाहार द्यायचा, तो दोघींनी मिळून द्यावा, असे ती म्हणू लागली.

पहिली म्हणत होती,

''आजचा दिवस माझ्या सेवेचा आहे. ते राजे पर्णकुटिकेत असताना तू तिथं पाऊलसुद्धा टाकता कामा नये.''

आचार्यांनी पर्णकुटीतून फलाहार आणायची आज्ञा केली, तेव्हा पहिली शिष्या ते सर्व साहित्य घेऊन निघाली; पण दुसरी तिच्या खाकेतला मृत्कुंभ काढून घेऊ लागली. हा हा म्हणता दोघी हमरीतुमरीवर आल्या आणि एकमेकींचे केस ओढीत भांडू लागल्या.

ही हकिकत कळल्यावर आचार्यांचे चित्त अत्यंत उद्विग्न झाले. आपण दोन्ही शिष्यिणींचे लांबसडक सोनेरी केस जसेच्या तसे ठेवू दिले, त्यामुळे हे भांडण फार वेळ धुमसत राहिले व रंगू शकले, हे त्यांना कळून चुकले. ती चूक सुधारण्याकरिता त्यांनी त्या दोघींना शाप दिला,

''आठ प्रहरांत तुमचे सर्व केस गळून पडतील!''

असा शाप देऊन भूर्जपत्राच्या मजकुरावर त्या दोन्ही राजांच्या सह्या घेण्याकरिता ते पर्णकुटीकडे वळले. पण त्या दोघांनी ते भूर्जपत्र हसत त्यांच्या हातात परत दिले आणि—

''आधी आश्रमात शांती प्रस्थापित होऊ द्या; मग बाहेरच्या शांतीची व्यवस्था करता येईल,'' असे म्हणत ते निघून गेले.

मी दामूकाकाला म्हणालो,

''तुझ्या या संस्कृत कथेत काही गफलत झाली नाही ना? क्षमाबाई राव, चिंतामणराव देशमुख वगैरे पंडित मंडळींची संस्कृत रचना तुला ऐकून ठाऊक आहे ना? तशाच एखाद्या आधुनिक लेखकानं ही कथा लिहिली नसेल कशावरून?''

''छट्!'' दामूकाका मोठ्या आवेशाने म्हणाला, ''मी छातीवर हात ठेवून सांगतो की, ही कथा फार जुन्या काळची आहे. तसा पुरावा पुढं आहेच की!''

मी त्याच्याकडे कुतूहलाने पाहू लागलो. तो शांतपणे सांगू लागला,

''त्या दोन्ही शिष्यिणींनी उ:शाप मिळावा, म्हणून ऋषिवर्यांचे पाय धरले; पण

तो तपस्वी मनुष्य क्षणभरसुद्धा द्रवला नाही. एका दिवसात आपले सुंदर केस नाहीसे होऊन एखाद्या टक्कल पडलेल्या म्हाताऱ्यासारखे आपले डोके दिसू लागणार, ही कल्पनाच त्यातल्या एकीला सहन होईना. ती वेड्यासारखे चाळे करू लागली. त्या वेडाच्या भरातच तिने एका कड्यावरून खाली दरीत उडी टाकली. पण दुसरीपाशी आत्महत्येचे धैर्य नव्हते. घटकेघटकेला आपले केस गळून पडत आहेत, हे ती पाहत होती अन् ढसाढसा रडत होती. चार-पाच प्रहरांत तिचे बहुतेक केस गळून पडले. आश्रमात कुणालाही तोंड दाखवायची तिला लाज वाटू लागली. ती एका गुहेत जाऊन मृत्यूची प्रार्थना करू लागली. तिथं तिचा शेवटचा केस गळून पडला. तो सोनेरी केस हीच आज आपण पाहतो, ती हिरण्यकेशी नदी. तिचा उगम बारीक आहे, याचे कारण तो एक सोनेरी केस आहे!''

■

१९५७

बाहुली

माधुरी मूळचीच मोठी नाजूक होती. हरतऱ्हेच्या फुलांनी भरलेल्या परडीत जाईचे फूल आपल्या सुरेख चिमुकलेपणामुळे उठून दिसावे ना? तशी बरोबरच्या मुलींत ती नजरेत भरे. ती तीन-चार वर्षांची झाली, तेव्हा तिच्याविषयी एक मोठी मजेदार आख्यायिका ऐकू येऊ लागली.

तिची आई कुणा थोरामोठ्यांच्या घरी हळदीकुंकवाला गेली होती म्हणे! तिच्याबरोबर छोटी माधुरीही होती. तिथे गौरीपुढे मांडलेल्या चित्रांत ही पिटुकली पोरगी हळूच जाऊन बसली. हू की चू न करता, अगदी पापणीसुद्धा न हलवता ती तिथे बसून राहिली. येणाऱ्या-जाणाऱ्या बायका, ही नवी सुंदर बाहुली कुठून आणली, म्हणून यजमानीणबाईंना विचारू लागल्या. तिकडे माधुरीची आई मुलगी कुठे दिसेना, म्हणून घाबरून गेली. वाड्याच्या मागील दारी एक भलीमोठी विहीर होती. घरातल्या माणसांचा डोळा चुकवून माधुरी तिकडे तर गेली नसेल ना, अशी शंका तिच्या आईच्या मनात आली. तिचा जीव गलबलून गेला. शेवटी डोळ्यांत पाणी आणून ती गौरीला नवस बोलायला आली. तिने हात जोडून डोळे मिटले, न मिटले, तोच गौरीसमोरच्या चित्रातून गोड हाक आली,

"आई—"

आख्यायिकांत तिखटमिठाचा भागच पुष्कळ असतो. माधुरीच्या या गावभर गाजलेल्या बाललीलेतही तो तसा असावा! पण या आख्यायिकेमुळे एक गोष्ट मात्र निश्चित घडून आली. घरी, दारी, शाळेत, खेळात- जिथे तिथे लोक माधुरीला 'बाहुली' या लाडिक नावानेच ओळखू लागले.

माधुरी नाजूक होती; पण दुबळी नव्हती. हुतुतू खेळताना तिचा चपळपणा अगदी दृष्ट लागल्यासारखा असे. त्यावेळी तिच्या ज्या हालचाली होत, त्या मोठ्या मोहक, मनोवेधक असत. बागेत एखादे रंगीबेरंगी फुलपाखरू या फुलावरून त्या

फुलावर तरंगत जाते ना, तशी ती भासे.

वाढत्या वयाबरोबर तिचा नाजूकपणा अधिकच आकर्षक वाटू लागला. चांदणे पौर्णिमेकडले असले, तरी सकाळच्या कोवळ्या उन्हापेक्षा शतपटींनी कोमल वाटते. तसा माधुरीचा हा नाजूकपणा होता. त्यामुळे दहाव्या-अकराव्या वर्षीसुद्धा बाहुलाबाहुलीच्या लग्नात तिला करवलीच व्हावे लागे. बाहुलीची आई व्हायची खूप हौस होती तिला! पण तिच्यापेक्षा थोराड दिसणाऱ्या मुली तो मान पटकावीत. अशावेळी माधुरी मनात फार खट्टू होई. देवाने आपल्याला थोडे रावस का केले नाही, म्हणून ती त्याच्यावर रागावे.

माधुरी दहावीत गेली, तेव्हाची गोष्ट. शाळेत वार्षिक संमेलनाची तयारी सुरू झाली. त्यात अजविलापाच्या कथेवर आधारलेले एक मूकनाट्य होते. अंतराळातून फुलांची माळ अंगावर पडते आणि त्या पुष्पमालेच्या स्पर्शाने अजराजाची राणी इंदुमती गतप्राण होते, हा त्या नाटकातला मुख्य प्रसंग होता. हे इंदुमतीचे काम साऱ्या शाळेत फक्त माधुरीलाच शोभेल, असे सर्व शिक्षिकांचे मत पडले. वरच्या वर्गातल्या मुलींनी तर तिनेच ते काम केले पाहिजे, असा हट्ट धरला; पण माधुरी होती स्वभावाने लाजरीबुजरी! शेकडो लोकांपुढे रंगभूमीवर उभे राहायचे, या कल्पनेनेच तिच्या अंगाला कापरे सुटले! 'मला हे जमायचे नाही!' असे ती सारखी कुरकुरत होती. पण तिची कुरकुर कुणीच मनावर घेतली नाही! तिला शेवटी इंदुमती व्हावेच लागले. त्या भूमिकेत ती इतकी शोभून दिसली, की काही दिवस तिचे 'बाहुली' हे टोपणनाव मागे पडले. तिच्या मैत्रिणी तिला 'इंदुमती' म्हणूनच हाका मारू लागल्या. त्या मैत्रिणींत स्वतःला फार हुशार समजणारी आणि उठल्यासुटल्या विनोद करणारी एक मुलगी होती. तिने या आधुनिक इंदुमतीला किंगकाँगसारखा पहिलवान पती मिळणार— राक्षसासारख्या धिप्पाड नवऱ्याची ती बायको होणार— असे भविष्य वर्तविले! या भविष्याला आधारभूत असलेले त्या विदुषीचे तर्कशास्त्र असे होते— कालिदासाच्या इंदुमतीचा पती अज होता. तेव्हा या मॉडर्न इंदुमतीचा प्राणनाथसुद्धा कुणीतरी अज— म्हणजे गलेलठ्ठ बोकडासारखा पुरुष— असणार!

माधुरी कॉलेजात गेली, तेव्हा चांगली उंच दिसू लागली होती; पण ती शेलाटीच राहिली. रेखीव नाक, मोहक जिवणी, बोलके डोळे, सुंदर केस आणि ओठांवर तरळणारे मंदमधुर स्मित यामुळे ती जितकी नाजूक, तितकीच सुरेख दिसे. तिचे 'बाहुली' हे टोपणनाव कॉलेजातही कायम राहिले. ती पूर्वी लहान बाहुली होती, आता मोठी बाहुली झाली! एवढाच काय तो फरक! आठवड्याला आठ चित्रपट पाहणाऱ्या कॉलेजातल्या एका प्रेमवीराने तर तिला कॉलेजच्या दरवाजापाशी

काचेच्या कपाटात ठेवावे; म्हणजे विद्यार्थ्यांचा तुटवडा कधीही पडणार नाही, अशी अभिनव सूचना केली होती. दुसऱ्याने फिशपाँडच्या वेळी तिला लिमलेटच्या गोळ्या बहाल केल्या होत्या!

या चेष्टांचा आणि 'बाहुली' या टोपणनावाचा माधुरीला आता फार राग येऊ लागला. ती आरशापुढे वेणी घालायला उभी राहिली की, पूर्वीप्रमाणे आपल्या प्रतिबिंबाशी गुजगोष्टी करीनाशी झाली. नाजूकपणा हा आपल्याला देवाने दिलेला शाप आहे, असे तिला वाटू लागले. तिच्या सौंदर्याचा थोडा ना थोडा भाग आपल्याला मिळावा, म्हणून मनातल्या मनात कितीतरी मुली झुरत होत्या; पण ते माधुरीच्या गावीही नव्हते. उलट आपण थोडे दणकट दिसावे, असा ध्यास तिला लागला. खाणे, पिणे, फिरणे, खेळणे यात निरनिराळ्या लोकांच्या सल्ल्याप्रमाणे तिने नाना प्रकारचे बदल करून पाहिले; पण तिची अंगलट जशीच्या तशीच राहिली. एकदा तास चुकेल, या भीतीने ती घाईघाईने उन्हातून कॉलेजात गेली. लगेच मुलींच्या खोलीत मैत्रिणींनी तिचे स्वागत केले,

'नाजूक ही राणी । घाबरी होय उन्हाने । आण गडे, तू पाणी ।'

ती इंटरच्या वर्गात असताना घरात तिच्या लग्नाच्या गोष्टी सुरू झाल्या. तिची आई वडिलांना म्हणाली,

"माधुरीच्या लग्नाची कशाला काळजी करताय इतकी? दुकानातली सुंदर बाहुली आपल्याला हवी, असं प्रत्येक मुलाला वाटतं, अगदी तस्सं होईल हिच्या लग्नाच्या बाबतीत. ज्याला पहिल्यांदा दाखवाल, तो लगेच बोहल्यावरच चढायची घाई करील!"

आईपेक्षा बापाची माया कमी असते, असे नाही; पण ती अधिक डोळस असते. बायकोला काही उत्तर न देता माधुरीचे वडील हळूहळू स्थळे पाहायला लागले. आपल्यासारखीच मध्यम स्थितीतली दोन-तीन स्थळे त्यांनी पाहिली. माधुरीला तिथे दाखविले. मुलीच्या रूपात कोण कसली खोड काढणार होते? पण शेवटी प्रत्येक ठिकाणी नकारच पदरात पडला! कारण काय, तर म्हणे,

'मुलगी फार नाजूक दिसते! आमच्या घरच्या धबडग्यात तिचा टिकाव लागणार नाही!'

या प्रत्येक नकाराच्या वेळी माधुरीने उशीत तोंड खुपसून सारी रात्र रडत काढली. आपल्या नाजूकपणाची तिला आता मनस्वी चीड येऊ लागली. याच वेळी कुणीतरी मित्राच्या सल्ल्यावरून वडिलांनी एका मोठ्या श्रीमंत गृहस्थांना मुलगी दाखविली. आपल्या घराण्याला शोभेल, अशीच ही मुलगी आहे. तिला सून करून

घेण्यात आपल्याला फार आनंद वाटेल, वगैरे वगैरे पुष्कळ गोष्टी ते बडे गृहस्थ बोलले. त्यांच्या त्या शब्दांनी माधुरीचे मन बहरून गेले. तीन-चार दिवस ती स्वप्नभूमीत पिंगा घालीत होती. तिथे गुलाबी मेघांच्या पायघड्या होत्या, नक्षत्रांच्या फुलमाळा होत्या, शुक्राच्या चांदणीचा रत्नदीप तेवत होता...

चार दिवसांनी त्या गृहस्थाचे उत्तर आले,

"मुलगी पसंत आहे. सहा हजार हुंडा आणि चार हजार इतर खर्च— एवढं तुम्हाला जमत असेल, तर..."

माधुरीचे वडील दोन दिवस चोरासारखे घरात वावरले. ते बायकोशी एक शब्दसुद्धा बोलले नाहीत. माधुरीच्या डोळ्याला डोळा देण्याचा धीरच त्यांना होईना; पण पैशाचे सोंग हे सर्वांत अवघड सोंग आहे. त्या बड्या गृहस्थांना नकार देण्याशिवाय दुसरी गतीच नव्हती त्यांना!

दुकानात विक्रीला ठेवलेल्या बाहुलीपेक्षाही लग्नाच्या बाजारात मुलीची अधिक विचक्षणा आणि विटंबना होते, हा पुन:पुन्हा येणारा अनुभव माधुरीला अगदी असह्य झाला. तिने वडिलांना सांगितले,

"तुम्ही कुणाशीही माझं लग्न ठरवा; पण हे दाखविण्याचं नाटक आता नको. झाले एवढे माझे धिंडवडे पुरे झाले!"

माधुरीच्या या बोलण्यात नुसता वैतागच नव्हता. आपल्या पायी वडिलांना होणाऱ्या त्रासाची जाणीवही होती. देव जणूकाही तिचे हे निर्वाणीचे उद्‌गार ऐकण्याकरिता उत्सुक होऊन बसला होता. माधुरीने हा निर्णय घेतल्यानंतर लवकरच एक स्थळ आपल्या पायांनी तिच्या वडिलांकडे चालत आले. त्या नवऱ्या मुलाचे नाव होते श्यामकांत गोरे. त्याचे मित्र त्याला भय्या म्हणत. ज्या बड्या गृहस्थांना माधुरी दाखविली होती, त्यांच्या मुलाची भय्याशी दोस्ती होती. त्यामुळे तिथे त्याला माधुरीचा फोटो सहज पाहायला मिळाला. त्याला ही मुलगी फार गोड वाटली— आवडली. त्याला वडील मनुष्य कुणीच नव्हते. म्हणून त्याने स्वत:च माधुरीच्या वडिलांना पत्र पाठवून तिला मागणी घातली.

वडिलांनी या स्थळाची चौकशी केली. मुलगा प्रकृतीने चांगला सुदृढ होता, निर्व्यसनी होता. कुठल्याशा कारखान्यात पावणेतीनशे रुपये मिळवीत होता. सारे काही ठीक होते. त्याला जवळपासचे कुणीच नातेवाईक माणूस नव्हते, हेच काय ते त्याचे वैगुण्य!

माधुरीच्या वडिलांनी मनात विचार केला— यात कसले आले वैगुण्य? जुन्या काळातला दोष हा काही काही वेळा नव्या काळातला गुण होतो. बिऱ्हाडाला एक खोली मिळविताना जिथे माणसाचे डोळे पांढरे होताहेत, तिथे त्याला कुणीही

नातेवाईक नसणे हे भाग्याचेच लक्षण मानले पाहिजे. नवरा राजा नि नवरी राणी, हाच मामला या घरटंचाईच्या काळात अधिक बरा!

श्याम माधुरीला पाहायला आला, तो केवळ जनरीत पाळायची म्हणून! तिचा फोटो पाहिल्यापासून 'लग्न करीन, तर या मुलीशीच! नाहीतर जन्मभर ब्रह्मचारी राहीन!' अशा काव्याच्या भाषेत तो विचार करू लागला होता. कारखान्यात काम करणाऱ्या आणि हरघडी यंत्रांशी व आकड्यांशी संबंध येणाऱ्या माणसाला न शोभणारी ही भाषा आहे, हे त्याचे त्यालासुद्धा कळत होते; पण त्याचा आपल्या मनावर ताबाच उरला नव्हता. आतापर्यंत पूर्वजन्म, वगैरे गूढ प्रश्नांविषयी त्याने बिलकूल विचार केला नव्हता; पण माधुरीचा फोटो पाहिल्यापासून पूर्वजन्म खरा असावा आणि या जन्माचे लागेबांधे फार लांबून येणाऱ्या सुवासाप्रमाणे पुढल्या जन्मातही माणसाला जाणवत असावेत, असे त्याला वाटू लागले होते.

श्याम माधुरीला पाहायला आला, हेच अक्षरश: सत्य होते. त्याने तिला पूर्वीच पसंत केली होती; पण पाहिली नव्हती. आता त्याने तिला डोळे भरून पाहून घेतली.

माधुरीने तेवढेही केले नाही. श्यामने विचारलेल्या प्रश्नांची उत्तरे देताना तिने अधूनमधून मान वर करून त्याच्याकडे पाहण्याचा प्रयत्न केला, नाही असे नाही; पण वडिलांनी पसंत केलेल्या स्थळात कुठलीही खोड काढायची नाही, असे तिने मनाशी ठरविले होते. त्या निश्चयाचा पगडा तिच्या मनावर इतका बसला होता की, तिची मान वर होते न होते, तोच पुन्हा खाली जाई!

मात्र माधुरीची ही सीतासावित्रीची भूमिका बोहल्यावरच थोडीशी लटपटली. अंतरपाट दूर झाला. श्यामला माळ घालण्याकरिता माधुरीने हात वर केले! आणि तिच्या एकदम लक्षात आले— श्याम आपल्यापेक्षा खूप उंच तर आहेच, पण तो केवळ उंचच नाही; चांगला अंगापिंडाने भरलेला आहे तो. धिप्पाड पुरुषांतच त्याची गणना होईल. त्याच्यापुढे आपण एखाद्या बाहुलीसारख्या तर दिसत नसू ना?

ही कल्पना मनात येताच माधुरी गोंधळली. हातांत माळ घेऊन ती तशीच क्षणभर उभी राहिली.

''अशी लाजतेस काय, वेडे?'' हे वडिलांचे शब्द तिच्या कानांवर आले, तेव्हा कुठे ती भानावर आली आणि तिने ओणव्या झालेल्या श्यामच्या गळ्यात माळ घातली.

पण माळ घालताना, लाजाहोमाच्या वेळी आणि नंतरही तिला एकसारखे वाटत होते— सारी माणसे आपणा दोघांकडे टक लावून पाहताहेत, मनातल्या मनात हसताहेत, 'बाहुली', 'बाहुली' म्हणून आपल्याला हिणवताहेत!

तिची ती जुनी विनोदी मैत्रीण लग्नाला आलीच होती. तिने तर माधुरीची

एकसारखी थट्टा करून तिला अगदी रडकुंडीला आणले. राक्षस राजकन्येला पळवून नेतो, ही लहानपणी वाचलेली गोष्ट आपल्याला अगदी खोटी वाटत होती; पण आज ती आपल्या डोळ्यांसमोरच घडली, असे जेव्हा ती मिस्कीलपणाने म्हणाली, तेव्हा माधुरीच्या इतर मैत्रिणीसुद्धा मोठमोठ्याने हसू लागल्या.

माधुरीने नव्या घरात प्रवेश केला, तो अशा न्यूनगंडाने पछाडलेल्या मन:स्थितीतच. आपला सारा नाजूकपणा माहेरी ठेवून येण्याचा तिचा संकल्प होता. सासरी कंबर बांधून काम करायचे, अगदी वाघासारखे काम करायचे आणि 'बाहुली' हे बाळपणापासून आपल्याला चिकटलेले विशेषण किती चुकीचे होते, हे सिद्ध करून दाखवायचे, असा तिने मनात बेत केला होता. हे लग्न ठरण्यापूर्वी ती मनातल्या मनात देवाला म्हणे,

"जिथे म्हातारे सासूसासरे असतील, जिथे धाकटे दीर नि लहानग्या नणंदा असतील, असं घर मला दे. म्हणजे माधुरी कशी आहे, हे साऱ्या जगाला कळेल!"

पण देवाने तिची कोणतीच विनंती मान्य करायची नाही, असे ठरविले होते. त्यामुळे श्यामबरोबर आपल्या मुंबईच्या बिऱ्हाडात पाऊल टाकताना तिचे मन एका बाजूने जसे मोहरून गेले होते, तसे दुसऱ्या बाजूने ते कळंजून गेले होते. आपले आयुष्य असेच जाणार— नदीच्या प्रवाहात झाडाची फांदी वाहत जाते ना, तसे ते लाटांच्या थपडा खात वाहत जाणार— आपल्या मनासारखे कधीच काही घडणार नाही— चिंध्यांची, नाहीतर कचकड्याची बाहुली करतात, ती नवी असते, तोपर्यंत मूल तिच्याशी खेळते, ती जुनी झाली की, कुठेतरी अडगळीच्या खोलीत जाऊन पडते, तशी आपली स्थिती होणार... अशा कल्पना तिला अस्वस्थ करून सोडत होत्या.

मुंबईच्या बिऱ्हाडात तिच्या मनाची ही उदासीनता वाढतच गेली. तसे पाहिले, तर श्यामचे तिच्यावर फार प्रेम होते. संध्याकाळी परत आल्यावर एखाद्या लहान मुलाने आपले खेळणे जसे कौतुकाने उचलावे, तसा तो माधुरीला जवळ घेऊन अगदी पुरे पुरे करून टाकी. दहा चुंबने घेऊन, एक झाले, असे तो म्हणे आणि अशी शंभर चुंबने हवीत, म्हणून तो तिच्यापाशी हट्ट धरी. अशावेळी माधुरी चुंबनांनी आणि सुखाने गुदमरल्यासारखी होई. पण असा क्षण दिवसातून एखादाच येई. श्याम जो सकाळी सातला कारखान्यात जाई, तो संध्याकाळी आठला परत येई. त्याने दुपारी जेवायला घरी यावे, असे माधुरीला फार फार वाटे; पण मुंबईच्या यांत्रिक जीवनात ते अगदी अशक्य होते! यंत्र चालू असताना त्यातल्या कुठल्याही खिळ्याला आपली जागा सोडता येत नाही. मुंबईत कामावर जाणाऱ्या माणसाची अशीच स्थिती होते. त्यातून श्यामचे काम काही केवळ बैठे नव्हते. कित्येकदा कंपनीची गाडी घेऊन त्याला कल्याण-अंबरनाथपर्यंत फेरफटका करून यावे लागे.

तिथे कंपनीचे काय काम असते, याची माधुरीला काहीच कल्पना नव्हती. पण श्यामच्या या नोकरीमुळे तिच्या मनाचा मोठा विरस होई. ती दररोज त्याला आवडणारा कोणता ना कोणता पदार्थ मुद्दाम करी; पण तो त्याला पोहोचायचा डब्यातून! तो डबा श्याम केव्हा उघडील आणि तो पदार्थ त्याला उनउनीत खायला मिळेल की नाही, याविषयी ती नेहमी साशंक असे. त्यामुळे समोर जेवायला बसलेल्या नवऱ्याला आग्रह करकरून वाढण्यात आणि त्याच्या तोंडून चांगल्या झालेल्या पदार्थांची स्तुती ऐकण्यात गृहिणीला जो विलक्षण आनंद लाभतो, तो माधुरीच्या वाट्याला सहसा येत नसे. श्याम सहल, चित्रपट, वनभोजन असले काही ना काही तरी रविवारी काढी. त्यामुळे त्या दिवशी घरी चूल थंडच असे.

दीड-दोन खोल्यांत दोन माणसांचा संसार असणार कितीसा नि तो टापटिपीने करायला वेळ लागणार तरी किती? त्यामुळे माधुरीला उरलेला रिकामा वेळ अगदी खायला येई. तो वेळ जावा, म्हणून तिने मासिके आणि कथा-कादंबऱ्यांची पुस्तके सपाटून वाचायला सुरुवात केली; पण त्यातल्या बहुतेक गोष्टींत नवराबायको या नाही त्या कारणाने दु:खी होतात, हे पाहून तिला स्वत:च्या संसाराविषयी उगीचच धास्ती वाटू लागली. आपल्या अधू मनाचा अस्वस्थपणा वाढू नये, म्हणून तिने या वाचनाला रजा दिली.

श्याम संध्याकाळी परत येई, तो अगदी थकून. त्यामुळे रात्री साडेनवालाच एखाद्या मुलासारखा तो पेंगळून जाई. आपण दोघांनी एकमेकांच्या बाहुपाशात पुष्कळ वेळ खूप खूप बोलत राहावे, परस्परांच्या अखंड मिठीतच मध्यरात्र उलटून जावी, चंद्राने हळूच खिडकीतून डोकावून आपले दोघांचे बोलणे चोरून ऐकण्याचा प्रयत्न करावा, मग 'आता छान कॉफी करते हं मी! ती घेऊन स्वस्थ झोपा' असे आपण श्यामला म्हणावे, असे माधुरीला फार फार वाटे; पण श्यामला तिच्या अंतरंगातल्या या किंवा अशाच प्रकारच्या अनेक अतृप्तींची कधीच कल्पना येत नसे.

त्याला वाटे, माधुरीला आपण खूप सुखात ठेवले आहे. आजकाल कितीतरी बायकांना घर सांभाळून पुन्हा नवऱ्याच्या बरोबरीने बाहेर शाळेत, नाहीतर कचेरीत काम करावे लागते. तसली काही कटकट तिच्या मागे आपण लावलेली नाही! माधुरी म्हणजे नाजूक फुलझाड आहे. या फुलझाडाला फार ऊन सोसवणार नाही, हे आपल्याला पुरेपूर ठाऊक आहे. उद्या तशीच गरज लागली, तर आपण अधिक काम करू; पण आपण तिला कसलेही कष्ट पडू देणार नाही. आपल्या या नाजूक लाडक्या फुलझाडाला हवी तितकी सावली, हवे तितके पाणी, सारे सारे आपण दिले आहे.

प्रणयभावनेच्या उत्कटतेत अथवा प्रणयतृप्तीच्या धुंदीत तो बाहुपाशातल्या

माधुरीला पुन:पुन्हा कुरवाळून विचारी,

"माधुरी! तू सुखी आहेस ना? अगदी माहेरी होतीस, तितकी सुखी आहेस ना?"

माधुरी मानेने 'होय' म्हणे.

पण तेवढ्याने श्यामचे समाधान होत नसे. तिच्या केसांवरून हळुवारपणे हात फिरवीत तो म्हणे,

"परक्यासमोर बोलता येत नाही, म्हणून बायका नवऱ्यांना खुणांनी मनातल्या गोष्टी सांगतात; पण इथं तिसरं कोण आहे?"

तरीही माधुरी गप्पच राही.

मग श्यामच्या स्वरात सूक्ष्म आर्तता येई. तो पुन्हा विचारी,

"माधुरी! मी लहानपणापासून एकटा वाढलोय, गं! दुसऱ्या मनुष्याचं मन कसं सांभाळावं, हे मला कळत नाही. तुझ्याबाबतीत मी काही चुकत असलो, तर..."

स्वत:च्या संसारातसुद्धा एखाद्या निर्जीव बाहुलीपेक्षा आपली किंमत अधिक नाही, असे आपल्याला एकसारखे वाटत राहते— हे वाटणे बरोबर आहे की चूक आहे, असे आपल्याला कळत नाही; पण तसे वाटत राहते, हे मात्र खरे. आपले खरे दु:ख हे आहे– असे श्यामला सांगून मोकळे व्हावे, असे माधुरीच्या मनात येई; पण ते क्षणभरच! दुसऱ्याच क्षणी तिला वाटे, ज्या दु:खाचे स्वरूप आपले आपल्यालासुद्धा नीट कळत नाही, ते दुसऱ्याला शब्दांनी कसे समजावून सांगायचे? ते नीट समजले नाही, म्हणजे श्याम रागावेल, डोक्यात राख घालील! त्यापेक्षा सुखाचे हे नाटक तसेच सुरू ठेवणे काय वाईट?

ती काहीच बोलत नाही, असे पाहून श्याम गंभीरपणाने प्रश्न करी,

"खरं सांग माधुरी— अगदी माझ्या गळ्याशपथ— तू इथं सुखी आहेस ना?"

"हं."

"माझ्यापासून तुला काही त्रास—"

"नाही, तुमचा काही काही त्रास नाही मला!"

"तुमचा नाही म्हणायचं!"

"मग?"

"तुझा!"

"इश्श!"

"इश्श काय? हं म्हण! म्हणायलाच हवं. नाहीतर—"

"तुझा!" असा अस्फुट उद्गार काढीत माधुरी त्याच्या कुशीत आपले तोंड लपवी.

माधुरी पूर्णपणे सुखी आहे, या आनंदात श्याम लवकरच झोपी जाई; पण माधुरीचा मात्र काही केल्या डोळ्याला डोळा लागत नसे. श्यामच्या जीवनात आपले स्थान काय आहे, याचा ती पुन:पुन्हा विचार करू लागे. तसे पाहिले, तर आपल्यावाचून त्याचे काहीच अडत नाही. संध्याकाळी घरी आल्यावर आपल्या सहवासात त्याला विरंगुळा वाटत असेल! प्रणयतृप्तीच्या क्षणीही माधुरीपेक्षा जगात दुसरे काही मोठे नाही, असे भासत असेल! पण काही झाले, तरी ते सारे भासच! नि तेही क्षणिक भास!

समुद्रातल्या एखाद्या छोट्या बेटासारखी आपली स्थिती आहे. अशा बेटाच्या भोवती अफाट समुद्र पसरलेला असतो; पण काही झाले, तरी बेटाची जमीन निराळी आणि समुद्राचे पाणी निराळे. त्यांचे मीलन कसे होणार? श्यामचे जीवन आणि आपले जीवन यांचे संबंध असेच नाहीत का? ते जन्मभर असेच राहायचे का? आपली दोघांची जीवने पूर्णपणे एकरूप कधी होणार? मी त्याचे केवळ खेळणे नाही, असा आत्मविश्वास मला केव्हा वाटू लागणार? आपली सारी सुखदु:खे आपण श्यामला मोकळेपणाने सांगू, श्याम आपले हृदय आपल्यापुढे उघडे करील, असा काळ कधीतरी येणार आहे का? का आपण असेच एखाद्या बाहुलीसारखे निर्जीव आणि निष्क्रिय जीवन कंठीत राहणार आहोत?

या प्रश्नांनी तिचे मन भुताटकीने पछाडलेल्या घरासारखे करून सोडले. आनंदाच्या, खेळीमेळीच्या आणि आशावादाच्या विचारांना त्यात प्रवेशच मिळेना. श्याम सकाळी नोकरीवर गेला की, तिच्या मनातले हे विचित्र विचारचक्र सुरू होई. तो परत यायच्या वेळी त्याला इतका वेग आलेला असे की, श्यामला ताडताड बोलून हे सारे सांगून टाकावे आणि आपल्या मनावरला हा सारा भार हलका करावा, असे तिला वाटे.

आज तर माधुरी अधिकच अस्वस्थ होती. सकाळपासून हवा कुंद झाली होती. डोके दुखत असल्यामुळे ती थोडी उशिराच उठली. त्यामुळे पाणी तापायला वेळ लागला. श्याम रागावला आणि त्याने थंड पाण्यानेच अंघोळ केली. माधुरी गडबडीने चहा करायला गेली. एरवी तिचा चहा मोठा लज्जतदार होई; पण आज तोही बिघडला. घरातून बाहेर पडता पडता श्याम थोड्याशा घुश्शातच म्हणाला,

"आज डबा पाठवू नकोस! अंबरनाथला जायचंय मला. तिकडेच खाईन काहीतरी!"

सात झाले. काळोख पडला. साडेसात झाले. काळोख दाटू लागला. तरी श्याम घरी परतला नव्हता. माधुरीच्या मनात नाही नाही त्या कल्पना येऊ लागल्या—

सकाळी तो रागावून गेला आहे. कदाचित तो घरी परत येणारच नाही. त्याचे काय? परवापर्यंत तो एकटा राहत होता. पुन्हा तसाच सडाफटिंग राहायला लागेल तो! प्रेम, प्रीती हे सारे नुसते काव्यातले शब्द आहेत. त्यांचा गोड अर्थ फक्त शब्दकोशात आढळतो. प्रत्यक्षात त्याचा अनुभव कधीच येत नाही.

आठ झाले. साडेआठ झाले; तरी श्याम आला नाही. माधुरीची स्थिती वेड्यासारखी झाली. बाहेर जाऊन कारखान्यात फोन करून पाहावे, असे तिच्या मनात आले; पण तिचे शरीर गळून गेले होते— मन मरगळून गेल्यासारखे झाले होते. उठण्याची इच्छा करीत ती बसून राहिली.

नऊ वाजता आपली सर्व शक्ती एकवटून ती उठली. बाहेर जाण्याकरिता तिने दार उघडले, तोच श्याम जिना चढून येत असलेला तिला दिसला. त्याचा चेहरा पाहताच ती चरकली. तो एखाद्या आजारी माणसासारखा दिसत होता!

आत आल्यावर श्यामच्या उतरलेल्या चेह‌ऱ्याचे कारण तिला कळले. अंबरनाथला जाणाऱ्या गाडीला अपघात झाला होता. त्या अपघातात गाडीतला एक मनुष्य मेला होता. त्यामुळेच श्यामला घरी यायला इतका उशीर झाला होता.

श्याम फार थकून गेला होता. न जेवताच तो झोपी गेला. माधुरी आपल्या अंथरुणावर पडली; पण तिला काही केल्या झोप येईना. तिच्या मनातली बाळपणापासूनची सारी भुते जागी झाली. एवढा भयंकर अपघात झाला. श्याम त्यातून सुखरूप परत आला. आपणा दोघांच्या जीवनातली ही किती महत्त्वाची गोष्ट! पण श्यामने त्या अपघाताची हकिकत काही आपल्याला नीट सांगितली नाही! हे नवे शल्य आता राहून राहून तिला बेचैन करू लागले.

मध्यरात्र होत आली. काजळी धरलेल्या समईच्या वातीसारखी माधुरी आपल्या उदास विचारात गुरफटून गेली.

इतक्यात श्यामची किंकाळी तिच्या कानांवर पडली—

"आई गं- मेलो-मेलो!"

ती धावतच त्याच्यापाशी गेली. त्याला कसले तरी भयंकर स्वप्न पडत होते आणि ते स्वप्न पाहत असतानाच तो ओरडला होता, हे उघड होते!

माधुरीने त्याला हलवून जागे केले. श्यामने तिला ओळखले; पण तो अजून थरथर कापत होता. त्याच्या अंगाला दरदरून घाम सुटला होता.

श्यामला अशा अगतिक अवस्थेत माधुरीने पूर्वी कधीच पाहिले नव्हते. त्याचे डोके मांडीवर घेऊन, टॉवेलने त्याचा घाम पुशीत तिने विचारले,

"असलं कसलं मेलं स्वप्न पडलं होतं इतकं भ्यायला!"

"स्वप्न कसलं? जवळजवळ सत्यच होतं ते!"

"म्हणजे?"

"दुपारचा तो अपघात दिसला मला स्वप्नात. कारखान्यातून निघताना मी ड्रायव्हरच्या मागच्या बाजूला बसलो होतो. अपघात होण्यापूर्वी जर तो गृहस्थ..."

"कोण गृहस्थ?"

"तो— अपघातात सापडलेला तो! तो मला म्हणाला- 'तुमच्या जागी मी बसू का? मला जरा वारा अधिक लागतो.' तो माझ्या जागेवर बसला आणि पुढच्या पंधरा मिनिटांतच अपघात झाला. फक्त त्या जागेवरला मनुष्य मेला. बाकी कुणाला काही झालं नाही! स्वप्नात मीच त्या जागेवर बसलो होतो— अगदी अपघाताच्या क्षणापर्यंत... नि..."

त्याच्या तोंडावर हात ठेवीत माधुरी म्हणाली,

"अं हं! आता एक अक्षरदेखील बोलायचं नाही. मुकाट्यानं झोपायचं."

"पण-पण- ते स्वप्न पडलं, तर..."

"काही पडत नाही ते पुन्हा. माझ्या मांडीवर तुमचं डोकं आहे, तोपर्यंत कसलंही भलतंसलतं स्वप्न तुम्हाला पडणार नाही. ते कसं पडतं, ते मी पाहते. अगदी स्वस्थ झोपा. हं! मी सांगते, तसं करा!"

माधुरीचा हा अवतार श्यामला अगदी नवा होता. त्याने क्षणभर कौतुकाने तिच्याकडे पाहिले आणि आपले डोळे मिटून घेतले.

त्याचे मस्तक थोपटता थोपटता माधुरीला वाटले— बोहल्यावर ज्याची उंच आणि धिप्पाड मूर्ती पाहताच आपण गोंधळून गेलो होतो, तो श्याम हा नव्हे! हा श्याम लहान मुलासारखा आहे. तो मोटार घेऊन खेळत होता. त्याची मोटार मोडली. रडत रडत तो आईच्या कुशीत झोपी गेला आहे... हो, माधुरी नुसती श्यामची पत्नी नाही. तिने त्याची आईदेखील व्हायला हवे. त्याला कधी आईची माया मिळालेली नाही. म्हणून... आजच्या अपघाताने त्याच्या मनाला मोठा धक्का बसलाय. आपल्या जागेवर जर तो दुसरा मनुष्य येऊन बसला नसता, तर काय झाले असते, याचा त्याचे मन सारखा विचार करते आहे... त्याला तो विचार करू देता उपयोगी नाही... आयुष्य अनेक अपघातांनी भरलेले असते. समुद्राच्या पाण्यात काय थोडे खडक लपलेले असतात? म्हणून काय जहाजे समुद्रातून प्रवास करून द्यायचे सोडून देतात? रात्र काळोखी असते, हवा वादळी असते— अशावेळी दीपगृहावरला दिवा जहाजांना सांभाळून नेतो... यापुढे माधुरीच्या डोळ्यांत श्यामला ती दीपज्योती दिसायला हवी!

श्याम मधेच दचकला. त्याने एकदम डोळे उघडले. त्याला त्या भयंकर स्वप्नाची आठवण होऊन त्याने काहीतरी वेडेवाकडे बोलू नये, म्हणून माधुरीने चटकन आपले ओठ त्याच्या ओठांवर टेकले.

"काय?" असा प्रश्न त्याच्या मुद्रेवर उमटला. माधुरी त्याच्या कानात कुजबुजली, "दहा म्हणजे एक, अशी शंभर..."

लगेच ती खुदकन हसली आणि त्याचे मस्तक थोपटू लागली.

ते थोपटता थोपटता तिला भास झाला, जन्मापासून आपल्या भोवती असलेल्या त्या विचित्र कवचाचे तुकडे उडत आहेत— आपल्या पायांतल्या नाजूकपणाच्या सुवर्णशृंखला गळून पडत आहेत— आपल्या भोवतालचे क्षितिज विस्तारत आहे. आजपर्यंत जखमा कुरवाळीत धुळीत लोळत पडलेले आपल्या मनाचे पाखरू पंख फडफडवीत उंच उंच उडण्याचा प्रयत्न करीत आहे!

—तिला ऐकू येणारा तो गोड आवाज? तो त्या फडफडाटाचा आवाज आहे की, आपल्या थोपटण्याचा आवाज आहे, हे तिचे तिलाच कळेना!

■

१९५७

कलाकार

कोदंडरावांनी बटण दाबून कोपऱ्यातला उशालगतचा दिवा लावला. अंधारात शुक्राची चांदणी लखलखावी, तसा तो क्षणभर त्यांना भासला. लगेच त्यांच्या मनात आले— छे! पुराणात ती स्यमंतक मण्याची कथा आहे ना! त्या कथेतल्या मण्याचा प्रकाश असाच असावा! याशिवाय का त्या मण्याची चोरी झाली असेल? त्या चोरीचा आळ श्रीकृष्णावर आला, तो काय उगीच?

मोठे फक्कड चित्र होईल या कथेचे! आपल्या 'पुष्पक पिक्चर्स'चे पुढले चित्र पौराणिकच घ्यायला हवे. सामाजिक चित्राला एखादे वेळी पैसा मिळतो, तसा तो या चित्राला मिळेल! पण किती झाले, तरी हा घोडा खात्रीचा नाही. फ्ल्यूक आहे. पौराणिक चित्र हा आपला खरा घोडा— अगदी अश्वमेधाचा घोडा. विन प्लेस, ट्रिबल, काहीही खेळा; यश ठरलेले!

यापुढल्या पौराणिक चित्राची नायिका कोण बरे बरी दिसेल? सामाजिक चित्रातली ही नवी नटी ऊर्मिला— छे! पोरगी तशी मस्त आहे; पण पौराणिक चित्राला पाहिजे, तशी भारदस्त नाही! हं, पुढल्या नायिकेचा विचार कशाला करायला हवा? निरूपा रॉयला मक्ताच मिळाला आहे की असल्या कामांचा! सीता, मंदोदरी, लक्ष्मी, पार्वती, वाटेल ती देवता, नाहीतर पतिव्रता असू दे! निरूपाच्या रूपानेच तिचा पडद्यावर अवतार झाला पाहिजे. तरच—

कोदंडरावांना एकदम आठवण झाली. घड्याळात किती वाजले आहेत, हे पाहायला आपण दिवा लावला; पण मन राहिले पुढल्या चित्रपटाचा विचार करीत. 'धंदा हा माणसाचा सहावा प्राण आहे', असे आपल्या एका चित्रपटात वाक्य आहे ना? अगदी खरे आहे ते!

बाहेर थंडगार वारा सुटला होता! गाडी कुठल्या तरी खेड्याजवळून चालली होती. तिथल्या कोंबड्यांचे कोरस-साँग सुरू झाले होते. पहाट झाली, हे त्यावरून उघड होत होते! पण गाडी पोहोचायला अजून किती वेळ आहे...

कोदंडरावांनी डाव्या हाताचे मनगट वर करून पाहिले. घड्याळाच्या सोन्याच्या पट्ट्याबरोबर त्यातले काटेसुद्धा दिव्याच्या प्रकाशात चमकले. हं! चार वाजून अठरा मिनिटे, तेरा सेकंद झाले होते! गाडी पोहोचणार पाच पाचला. म्हणजे अजून जवळजवळ तास काढायला हवा आपल्याला इथं! छे! पहिल्या वर्गातल्या अगदी खालच्या बर्थवर मऊमऊ गादीत सावरीच्या दोन लठ्ठ उश्यांवर डोके ठेवले, म्हणून काय उडून गेलेली झोप परत येते? आपल्याच कुठल्या तरी चित्रात संवाद आहे...

'झोप ही प्रीतीसारखी असते. नको असताना ती डोळे धुंद करून सोडते आणि हवी असते, तेव्हा रुसून कुठेतरी दूर जाऊन बसते!'

दिवा मालवून कोदंडराव उजव्या कुशीवर वळत पुटपुटले,

"हे लेखक असले डायलॉग कसे लिहितात, ते देव जाणे. आपल्याला सुचते; पण लिहिता मुळीच येत नाही. धड पत्रसुद्धा लिहिता येत नाही."

त्यांचे मन म्हणू लागले— असे काहीतरी गोडगोड आपल्याला लिहिता येत असते, तर मुंबईहूनच गौरीला लांबलचक पत्र पाठवून आपला आनंद आपण तिला कळविला नसता का? आपल्याच चित्रात एक वाक्य आहे ना?—

'दु:खाप्रमाणे सुखही एकट्याला भोगावं लागणं हा जगातला सर्वांत मोठा शाप आहे.'

केवढा आनंद झालाय आपल्याला! उरावरली केवढी मोठी धोंड उतरली आपल्या!

आपण मुंबईला गेलो, ते धडधडत्या छातीनेच. सामाजिक चित्र काढण्याची आपली ही पहिलीच वेळ! 'पुष्पक पिक्चर्स' नेहमी पौराणिक चित्रे काढते, अशी आपल्यावर टीका होऊ लागली. म्हणून आपण या सामाजिक चित्राच्या भानगडीत पडलो. नशिबाने गोष्ट फारच चांगली— अगदी नव्या प्रकारची— मिळाली. इकडे पुरुष आपला जुना रानटीपणा टाकून प्रेमळ होऊ लागला आहे; तर तिकडे बाई स्त्रियांचे हक्क आणि सौंदर्याचे संरक्षण असल्या कल्पनांच्या आहारी जाऊन स्वच्छंदी, बेफिकीर आणि भावनाशून्य बनत चालली आहे! अगदी आजकालचा विषय आहे हा! त्या गोष्टीतल्या नवऱ्याला मूल हवे असते; पण बायकोला असली कसलीही ब्याद आपल्या गळ्यात बांधून घ्यायची इच्छा नसते! त्यामुळे ती त्याला शक्य तितके दूर ठेवते. साधे चुंबनसुद्धा घेऊ देत नाही ती पुष्कळदा त्याला!

तयार झालेल्या तीनचतुर्थांश चित्रपटांतले अनेक प्रसंग कोदंडरावांच्या मिटलेल्या डोळ्यांपुढून भरभर सरकू लागले. या प्रसंगांच्या स्थिर चित्रांवर मुंबई-पुण्याचे थेटरवाले नुसते लट्टू होऊन गेले आहेत, हे त्यांना आठवले. एरवी हे प्रसंग इतके उठावदार झाले नसते! पण नायक आणि नायिका यांच्या कामासाठी आपण मोठ्या कष्टाने ती जोडी जमविली.

आपले सारे हितचिंतक अनिरुद्धाला नायक करू नये, असे म्हणत होते. एक तर पडद्यावर तो अधिक प्रौढ दिसेल, अशी त्यांना भीती वाटत होती. दुसरी गोष्ट म्हणजे, त्याचा स्वभाव. त्याच्या पिण्याला सुमार नाही. बायकांच्या बाबतीत तर तो अगदी बेताल आहे. गेली दोन-तीन वर्षे उत्तर हिंदुस्थानातल्या एका तरुण मुलीबरोबर तो राजरोस राहत आहे. पुढ्यात दिवा ठेवला की, नाग जसा जागच्या जागी खिळून जातो, तशा तरुण फटाकड्या पोरी त्याच्यापुढे नांगी टाकतात, म्हणे! अशा नटाला नायक करून कंपनीत आणणे म्हणजे 'पुष्पक पिक्चर्स'ची आजपर्यंतची अब्रू धुळीला मिळविण्यासारखे होईल.

मित्रांचा हा सल्ला ऐकून आपण दुसरा नायक निवडला असता, तर पुण्या-मुंबईच्या थेटरवाल्यांनी आपल्याला दारात उभेसुद्धा केले नसते. किती विलक्षण आणि परिणामकारक अभिनय केला आहे अनिरुद्धाने या चित्रात! प्रीतीच्या, वासनेच्या, अनुनयाच्या, अनुतापाच्या, असंतोषाच्या, अपमानाच्या आणि इतर हजारो भावनांच्या किती विविध छटा दाखविल्या आहेत त्याने! नि त्याही अनेकदा चेहऱ्यावरच्या नुसत्या सूक्ष्म बदलांच्या साहाय्याने. टिपकागद जसा शाईचा अगदी बारीक थेंब चटकन टिपून घेतो नि तो मोठा करून दाखवितो, तशी प्रत्येक भावनेची छटा—

पण ऊर्मिलेची अगदी तोडीला तोड अशी जोड मिळाली, तर अनिरुद्धाचा अभिनय तरी इतका गहिरा झाला असता का? छे! ते शक्यच नव्हते! आपल्याच कुठल्या तरी चित्रपटात ते वाक्य आहे ना, 'वीज नेहमी लखलखते, याचे कारण ती काळ्याकुट्ट ढगांच्या पार्श्वभूमीवर चमकत असते!' थंड, लहरी आणि पतीच्या प्रेमाची जरुरी नसणाऱ्या व त्याची फिकीर न करणाऱ्या पत्नीची भूमिका किती चांगली रंगविली आहे ऊर्मिलेने! घाऱ्या डोळ्यांमुळे तिच्या या कामाला अधिकच उठाव मिळाला! ही सुंदर, सुशिक्षित, पण कुर्रेबाज आणि थोडी-फार सोवळ्या विचारांची मुलगी आपण अनिरुद्धाच्या जोडीला निवडली, तेव्हा तर सारे मित्र आपली थट्टा करू लागले. '-आग आणि पाणी एके ठिकाणी कशी नांदणार?' असा त्यातल्या एकाने आपल्याला सवालसुद्धा केला!

काही का असेना! तीनचतुर्थांश चित्रपट तर निर्विघ्न पार पडला. अनिरुद्धाची दारू आणि त्याची बाई यांचा स्टुडिओला कधीही उपद्रव झाला नाही.

'माझ्या बंगल्यात कंपनीचे चालक किंवा मॅनेजर यांच्याशिवाय दिवसा कुणीही येता कामा नये. रात्री मालकांनीसुद्धा येता कामा नये,' अशा प्रकारच्या अटी घालून नायिका झालेल्या ऊर्मिलेवरही कोणत्याही प्रकारची तक्रार करण्याचा प्रसंग आला नाही.

आता कसली काळजी? हत्ती गेला आणि शेपूट राहिले! अवघा एकचतुर्थांश चित्रपट घ्यायचा राहिला आहे. वीस दिवसांत ते शूटिंग संपेल. दोन-तीन महिन्यांत

चित्रपट भारतात सर्व ठिकाणी झळकू लागेल.

झोपेच्या गुंगीत, आगगाडीच्या चाकांच्या तालावर कोदंडराव ऐकत होते. दिल्ली, पुणे, मुंबई, मद्रास, इंदूर, कलकत्ता, नागपूर! प्रत्येक ठिकाणी त्या चित्रपटाचे अपूर्व स्वागत होत आहे, असे त्यांना दिसू लागले. जिकडेतिकडे टाळ्या, एकसारख्या टाळ्या, टाळ्याच टाळ्या! समुद्राच्या लाटांचा आवाज सतत सुरू असतो ना? त्या गर्जनेसारख्या टाळ्या वाजत होत्या!

कसल्या तरी कोलाहलाने ते डोळे उघडून पाहू लागले. तो आवाज प्रेक्षकांच्या गर्दीचा किंवा त्यांच्यातल्या मारामारीचा नव्हता! प्रवाशांच्या कलकलाटाचा आणि हमालांच्या ओरडण्याचा आवाज होता तो!

कोदंडराव लगबगीने उठले. त्यांनी घड्याळ पाहिले, पाच सात झाले होते. कंपनीची गाडी घेऊन मॅनेजर स्टेशनवर आले असतीलच. त्यांना आपण कुठे आहोत, ते दिसावे, म्हणून ते डब्याच्या दारात येऊन उभे राहिले.

क्षणार्धात त्यांना आश्चर्याचा मोठा धक्का बसला. मॅनेजरांच्या बरोबर आपली बायको इतक्या पहाटे स्टेशनवर का आली आहे, हे काही केल्या त्यांना कळेना!

ती अजून थोडी दूर होती; पण गौरीच होती ती!

घरी कुणी फार आजारी तर नाही ना? की चित्राच्या शूटिंगमध्येच काही अडचण आली आहे? दारूच्या नशेत अनिरुद्धाला कुठे मोटारचा अपघात तर झाला नसेल ना? त्याचा हातपाय मोडला असला, तर— तर त्या चित्रपटाचे पायच मोडले म्हणायचे! तसेच काही झाले असले, तर हे चित्र लवकरच पुरे होण्याची आशाच करायला नको! या सामाजिक चित्रात गुंतविलेले तीन-चार लाख रुपये टिनच्या डब्यात—

गौरीबाई अगदी जवळ आल्या. कोदंडरावांना वाटले, डब्यातून खाली उडी टाकावी आणि धावत जाऊन बायकोला म्हणावे, "काय, झालंय तरी काय असं? तुझ्यासारखी सूर्यवंशी बायको अशी पहाटे स्टेशनावर आलेली पाहिली, की-"

पतीची अधीर आणि व्याकूळ मन:स्थिती डब्याजवळ आलेल्या गौरीबाईंच्या लक्षात आली; पण मॅनेजर त्यांच्यापाठोपाठ येत होते. ओठांवर तर्जनी ठेवून तिला गप्प बसण्याविषयी त्यांनी सुचविले. आता तर कोदंडराव अधिकच गोंधळात पडले. मॅनेजरलासुद्धा कळू द्यायचे नाही, असे कसले रहस्य घेऊन गौरी भल्या पहाटे स्टेशनावर आली आहे, हे त्यांना कळेना!

कंपनीच्या गाडीतून मॅनेजर व इतर मंडळी निघून गेली. घरच्या गाडीच्या ड्रायव्हरलासुद्धा गौरीबाईंनी कंपनीच्या गाडीतून पाठवून दिले, तेव्हा तर हे रहस्य अधिकच गूढ आणि बिकट होत आहे, असे कोदंडरावांना वाटले.

आपल्या गाडीकडे येता येता ते म्हणाले,

"आता गाडी कोण चालविणार? तू?"

"मी चालवीन. पण—"

"पण काय?"

"मला नि तुम्हाला घरी जायचंय— इस्पितळात नाही. तुम्ही चालवा गाडी, मी शेजारच्या सीटवर बसते नि सारं काही—"

कोदंडरावांनी त्रासिकपणे गाडी सुरू केली. ती रस्त्याला लागताच ते म्हणाले, "झालंय तरी काय असं?"

"फार भयंकर झालंय!"

वर्तमानपत्रात हृदयक्रिया बंद पडून घटका, दोन घटकांत मृत्यू पावलेल्या माणसांच्या हकिकती नेहमी येतात. कोदंडरावांच्या वाचनातही त्या होत्याच. त्यांच्या डोळ्यांपुढे काजवे चमकले! अनिरुद्ध असा एकाएकी मेला असला, तर? दारूबाज माणसांना अशाप्रकारचा धोका अधिक असतो, हे त्यांनी अनेक डॉक्टरांकडून ऐकले होते.

त्यांच्या तोंडचे पाणी पळाले, चाकावरला त्यांचा हात थरथरू लागला.

त्यांची ती घाबरगुंडी पाहून गौरीबाई म्हणाल्या,

"तसं भयंकर काही नाही, पण!"

कोदंडराव चिडून म्हणाले,

"काय सांगायचं, ते एकदा स्पष्ट सांग की!"

"काल रात्री एक भयंकर प्रकार घडला."

"कुठं?"

"ऊर्मिलाबाईंच्या बंगल्यावर!"

"चोरी झाली?"

"नाही!"

"मग?"

"अनिरुद्ध पिऊन तिथं गेला. तो अगदी तर्र झाला होता, म्हणे! त्यानं ऊर्मिलाबाईंचा हात धरला!"

"अरे देवा!"

"नीट ऐकून तर घ्या पुढचं! हे सारं प्रकरण रात्रीच्या रात्री पोलिसांत गेलं असतं; पण ऊर्मिलाबाईंच्या बंगल्याजवळ ती तारा राहते ना, माझी मैत्रीण? तिच्या यजमानांनी मोठा शहाणपणा दाखविला. त्यांनी लगेच मला फोन केला."

"मग?"

"मग काय? मी धावत गेले तिथं. ऊर्मिलाबाईंच्या हातापाया पडून त्यांना आपल्या बंगल्यावर घेऊन आले. पण त्या अगदी चिडलेल्या वाघिणीसारख्या

झाल्या आहेत. धड तासभरसुद्धा झोपल्या नाहीत. खोलीत येरझारा घालीत राहिल्या आहेत सारख्या. प्राण गेला, तरी आता त्या हलकटाबरोबर चित्रपटात काम करणार नाही, असं सारखं म्हणताहेत. त्याच्यावर फिर्याद करायची भाषासुद्धा सुरू आहे त्यांची!''

कोदंडरावांनी हताश मुद्रेने मनगटावरच्या घड्याळाकडे पाहिले. त्यात पाच वाजून अठरा मिनिटे तेरा सेकंद झाले होते. अवघ्या एका तासात ते पर्वताच्या उंच उंच शिखरावरून खोल खोल दरीत कोसळले होते. त्यांना आपल्या कुठल्या तरी चित्रपटातले एक वाक्य आठवले,

'मनुष्य हे दैवाचे खेळणे आहे!'

असा राग आला त्यांना त्या लेखकाचा!

कोदंडरावांनी दारावर टकटक केले.

''कोण आहे?'' आतून तिरसट आवाजात प्रश्न आला.

''मी कोदंडराव! आताच आलो परत मुंबईहून.''

ऊर्मिलाबाईंनी दुसरीकडे पाहत खोलीचे दार उघडले. त्या परत आपल्या आरामखुर्चीत जाऊन बसल्या.

कोदंडराव त्यांच्या समोरच्या खुर्चीत बसून बोटांची चाळवाचाळव करू लागले. शेवटी मनाचा धीर करून ते म्हणाले,

''ऊर्मिलादेवी, अनिरुद्धाच्या हातून जे झालं, ते फार गैर...!''

''गैर? अहो, फासावर लटकावलं पाहिजे अशा माणसांना!''

''पण!''

''पण काय?''

''अनिरुद्धांना पिण्याचा नाद आहे!''

''ऐकलंय ते मी!''

''कधीकधी या पिणाऱ्या माणसांना भान राहत नाही. एखादेवेळी फार पितात! मग चढते. शेवटी आपण काय करतोय, हेच कळत नाही त्यांना! गडकऱ्यांचा सुधाकर मनानं वाईट होता, असं कोण म्हणेल? पण—''

''सुधाकराचं मन घेऊन काय चाटायचंय? त्याच्यापायी ती बिचारी सिंधू हालहाल होऊन मेलीच की!''

''ऊर्मिलादेवी! माझी आपणाला हात जोडून एक विनंती आहे!''

''कोदंडराव! तुमची विनंती मला मान्य करता येणार नाही, हे आधीच सांगते मी! असल्या हलकट मनुष्याबरोबर यापुढं क्षणभरसुद्धा काम करायची माझी इच्छा नाही. मला शील आहे, मला चारित्र्य आहे, मला स्वाभिमान आहे, मला पावित्र्याची चाड आहे, मला पापाची चीड आहे!''

ही शेवटची वाक्ये एखाद्या चित्रपटात त्या पतिव्रतेच्या तोंडी छान शोभतील, अशी ओझरती कल्पना कोदंडरावांच्या मनाला चाटून गेली; पण त्यांचे धंदेवाईक मन ती टिपून ठेवण्याइतके थाऱ्यावर नव्हते. या नव्या भानगडीमुळे हा चित्रपट अर्धवट राहिला, तर आपला किती तोटा होईल, या हिशेबाने ते गोंधळून गेले होते. या भयंकर चक्रव्यूहातून बाहेर पडण्याचा मार्ग शोधीत होते ते!

सहज आठवण झाल्यासारखे करीत कोदंडराव म्हणाले,

''आपल्या चित्रपटाचा तयार झालेला भाग पुण्या-मुंबईला पुष्कळांनी पाहिला. फार पसंत पडला तो त्यांना. अनिरुद्धांनी इतकं चांगलं काम आजपर्यंत कधीच केलं नाही, असं सारे—''

''अनिरुद्ध मोठे कलावंत आहेत, हे मला लोकांनी कशाला सांगायला हवं, कोदंडराव? त्यांच्याबरोबर काम करताना पावलोपावली ते मला पटत होतं. सूर्यकिरणांनी लहानमोठी फुलं उमलावीत ना, तसा त्यांच्या जिवंत अभिनयामुळे बाकीच्या नटनटींचा अभिनय फुलत गेला, हे सारं मला कळतंय! पण त्यांची कला हा नागाच्या मस्तकावरला मणी आहे. असला नाग ज्याला डसतो, तो त्या मण्याचं कौतुक कसं करू शकेल?''

''अनिरुद्ध मोठ्या उमद्या मनाचे आहेत. ते तुमची क्षमा मागतील!''

''नि पुन्हा केव्हातरी तर्र होऊन माझी अब्रू घ्यायला अपरात्री येतील! कोदंडराव, कलेच्या या विषाची परीक्षा एकदा पाहिली, तेवढी बस्स झाली. पुन:पुन्हा विस्तवाशी खेळ खेळत बसायची मला इच्छा नाही!''

''पण क्षमा हा मनुष्याचा फार मोठा गुण आहे, ऊर्मिलादेवी!''

''क्षमा माणसांना करायची असते; हिंस्र पशूंना किंवा क्रूर राक्षसांना नाही. तुमचे पैसे या चित्रात गुंतले आहेत, कोदंडराव, म्हणून तुम्ही या दयेच्या आणि क्षमेच्या गोष्टी सांगता आहा मला! या चित्रात तुमचे तीन-चार लाख रुपये अडकले नसते, तर पैशापेक्षा अब्रूची किंमत अधिक असते, हे तुम्हाला सहज पटलं असतं! माझ्या जागी तुमची बायको किंवा मुलगी असती, तर तुम्ही या अनिरुद्धांना गोळी घालायला गेला असता! चला, संध्याकाळच्या गाडीनं जायची तयारी करा. कलेचा घेतला तेवढा अनुभव रगड झाला!''

दाढी, स्नान वगैरे उरकल्यावाचून कोदंडराव कधीच आपल्या बंगल्याबाहेर पडत नसत; पण यापुढे अनिरुद्धाबरोबर काम करायचे नाही, हा ऊर्मिलेचा निश्चय कायम आहे, हे पाहून त्यांचे धाबे दणाणले! काय करावे, हे त्यांना कळेना. या अनिरुद्धाला नायकाचे काम देण्यापेक्षा आपण तीन-चार लाख रुपयांच्या नोटा बंबात म्हणून घातल्या असत्या, तर चार दिवस घरातले पाणी तरी तापले असते, असा विचार त्यांच्या मनात पुन:पुन्हा येऊ लागला. दुर्दैवाने अनिरुद्धांविरुद्ध बोलणारे सारे

मित्र खरे ठरले होते! आपण फार मोठा जुगार खेळायला गेलो आणि तो पूर्णपणे हरलो, ही जाणीव त्यांना पळापळाला बेचैन करून सोडीत होती.

काय करावे? हा बिकट प्रश्न कसा सोडवावा? चित्र पुरे होईपर्यंत ऊर्मिलेला अनिरुद्धाबरोबर काम करायला लावील, अशी जादू कुठे मिळेल?

काही केल्या या प्रश्नाचे उत्तर त्यांना सापडेना.

शेवटी अत्यंत अस्वस्थ होऊन ते अनिरुद्धाच्या बंगल्याकडे पायीच जायला निघाले.

पिऊन इतका तर्र झालेला तो मनुष्य! मनुष्य कसला? पशूच! ऊर्मिलाबाईंच्या बंगल्यावरून तो काय सरळ घरी परत गेला असेल? छे! तो गेला असेल कुठल्या तरी नव्या वेश्येच्या घराचा उंबरठा पुजायला! स्वारी तिथून परत आली असली, म्हणजे देवच पावला! बहुधा अंथरुणातूनच उठवावे लागेल त्याला. पण तिथेसुद्धा ती उत्तर हिंदुस्थानातली पोरगी असणारच! ते काही असो, अनिरुद्धाला उठवून, बाबापुता करून, ऊर्मिलाबाईंचे पाय धरायला घेऊन यावे. मग जे काही आपल्या नशिबाने घडायचे असेल, ते घडेल!

कोदंडराव अनिरुद्धाच्या बंगल्यापाशी येऊन पोहोचले. बंगल्याचे दार उघडे आहे, हे पाहून त्यांना आश्चर्य वाटले.

बागेतून गडी फुलांनी भरलेली परडी घेऊन येत होता. त्याला कोदंडरावांनी विचारले,

"साहेब काय करताहेत रे? झोपलेत?"

"न्हाई, साहेब!"

"मग काय करताहेत?"

"पूजेला बसल्यात!"

कोदंडराव चमकले. अनिरुद्ध पूजा करीत आहे? कुणाची? कशासाठी? काल रात्री बेधडक एका बाईच्या बंगल्यात शिरून तिचा हात धरणारा हा पशू सकाळी उठून पूजा करीत बसलाय? हा कोणत्या प्रकारचा विनोद आहे? की हे सारे ढोंग आहे?

गड्याच्या मागून कोदंडराव हळूहळू आत गेले. अगदी बाजूच्या एका खोलीच्या दारात जाऊन ते उभे राहिले. तेथे त्यांनी जे पाहिले, त्याच्यावर त्यांचा विश्वासच बसेना.

अनिरुद्ध एका मृगाजिनावर बसला होता. त्याने पहाटेच स्नान केले असावे, हे उघड होते. त्याच्या पुढ्यात एका प्रौढ स्त्रीचा फोटो भिंतीला टेकून ठेवला होता. त्या फोटोपुढे उदबत्त्या जळत होत्या. त्यांचा सुगंध खोलीभर पसरला होता.

त्या फोटोतल्या स्त्रीच्या चेहऱ्याची ठेवण थोडीशी अनिरुद्धाच्या चेहऱ्यासारखी

आहे, असा कोदंडरावांना भास झाला.

"आई, क्षमा कर मला!" असे उद्‌गार काढून मृगाजिनावर हात जोडून बसलेल्या अनिरुद्धाने डोळे उघडले.

इतक्यात त्याला गड्याची चाहूल लागली. त्याने मागे वळून पाहिले. गड्याच्या मागे कोदंडराव उभे असलेले त्याला दिसले. तो काहीच बोलला नाही. गड्याने आणलेली फुले घेऊन त्याने ती मोठ्या भक्तिभावाने समोरच्या फोटोला वाहिली. मग तो कोदंडरावांना म्हणाला,

"पाच मिनिटांत कपडे करून येतो हं मी!"

काल रात्री जणू काही घडलेच नाही, अशा रीतीने अनिरुद्ध हे बोलला. ते ऐकून कोदंडराव अधिकच गोंधळले. त्यांना क्षणभर वाटले— साधा मनुष्य असले नाटक कधीच करू शकणार नाही. अनिरुद्ध फार मोठा नट आहे! केवळ चित्रातला नट नव्हे, तर जीवनातलासुद्धा!

घरात कुणाचीच जाग दिसेना. अनिरुद्धाबरोबर राहत असलेल्या त्या उत्तर हिंदुस्थानातल्या तरुणीविषयी कोदंडरावांनी खूप ऐकले होते. ते सारे त्यांना आठवले. त्यांनी हळूच गड्याला विचारले,

"बाईसाहेब कुठं आहेत?"

तो त्यांच्याकडे वेड्यासारखा पाहतच राहिला!

अनिरुद्धाचे सारेच वागणे कोदंडरावांना रहस्यमय वाटत होते. त्यांच्या बंगल्यावर आल्यावर ऊर्मिलाबाईंच्या खोलीत त्याने ज्या सहजतेने प्रवेश केला, त्यामुळे त्यात आणखी भर पडली. एखाद्या मित्राला किंवा मैत्रिणीला भेटायला मनुष्य जातो ना? त्याप्रमाणे तो खोलीत शिरला. ऊर्मिलाबाईंनी त्याच्याकडे एक जळजळीत कटाक्ष टाकला. मग तिरस्काराने मान फिरवून त्या दुसरीकडे पाहू लागल्या.

अनिरुद्ध केवढा मोठा नट आहे, याची कोदंडरावांना पूर्ण कल्पना होती. तो आता गहिवरलेल्या स्वराने 'ऊर्मिलादेवी! मी तुमची क्षमा मागायला आलो आहे!' किंवा 'ऊर्मिलादेवी! काल माझ्या हातून घडलेल्या पापाचं प्रायश्चित्त घेण्याकरता मी आलो आहे!' असे काहीतरी म्हणेल, अशी त्यांची कल्पना होती; पण त्याने तसे काहीच केले नाही. कोदंडराव निराश होऊन त्याच्याकडे पाहू लागले.

बाईंच्या समोरच्या खुर्चीत बसून अनिरुद्ध म्हणाला,

"ऊर्मिलाबाई! मला तुमच्याशी थोडं बोलायचं आहे."

ऊर्मिलाबाईंनी त्याच्याकडे न पाहता कुर्‍याने उत्तर दिले,

"पण मला तुमच्याशी एक अक्षरसुद्धा बोलायची इच्छा नाही."

स्मित करीत अनिरुद्ध उत्तरला,

"पण मी बोलेन, ते ऐकून घेण्याची तरी इच्छा आहे ना? तेवढी बस्स आहे

मला! ती इच्छा तुम्हाला असलीच पाहिजे. कारण माणसाच्या तोंडापेक्षा त्याचे कान अधिक उदार असतात. तोंडानं तो फक्त एकाच प्रकारचा आवाज काढू शकतो; पण कानांनी त्याला ढगांच्या गडगडाटापासून झऱ्याच्या झुळझुळीपर्यंत सर्व प्रकारचे आवाज ऐकता येतात.''

ऊर्मिलाबाईंचे ओठ हलले. या विचित्र युक्तिवादाला काहीतरी दाहक उत्तर देण्याची इच्छा त्यांच्या मुद्रेवर प्रतिबिंबित झाली; पण तसे उत्तरच त्यांना सुचेना. शेवटी नाइलाजाने त्या म्हणाल्या,

''मी तुम्हाला पाच-दहा मिनिटं देते. तीही कोदंडरावांकडे पाहून. तेवढ्या वेळात तुम्हाला काय स्वतःची वकिली करायची असेल, ती करा.''

''ऊर्मिलाबाई! मी इथं वकील म्हणून आलो नाही!''

''मग?''

''मी आरोपी आहे, फिर्यादी आहे, साक्षीदार आहे, सर्व काही आहे; पण मी वकील मात्र नाही. नि न्यायाधीश तर तुम्हीच आहात!''

''तुम्ही काय म्हणताय, ते मला समजत नाही.''

''दिसतं तसं नसतं, हे तुम्हाला पटतं का?''

ऊर्मिलाबाई उसळून उपरोधपूर्ण स्वराने म्हणाल्या,

''म्हणजे? काल अपरात्री माझ्या बंगल्यावर तुम्ही आला, अगदी भलत्या स्थितीत तुम्हाला मी पाहिलं. तुम्ही माझा हात धरला. तेही मला दिसलं. हा सारा भास होता, असं का तुम्हाला म्हणायचंय?''

''तसं कसं म्हणेन मी? पण काल रात्री तुम्ही पाहिलेला अनिरुद्ध म्हणजे खरा अनिरुद्ध नव्हे! एवढं तुम्ही लक्षात घ्यावं, अशी माझी तुम्हाला नम्र विनंती आहे.''

''अस्सं! म्हणजे तुमच्या वर्तनाविषयी लोक जे बोलतात, ते...!''

''त्यातलं निम्मं खरं आहे. जगात सत्य एवढ्याच प्रमाणात आढळायचं! त्याला काही इलाज नाही. मी पितो, अनेकदा खूप पितो. काही काही वेळा मी या व्यसनाच्या इतका आहारी जातो, की स्वतःवर माझा ताबाच राहत नाही. मग जे हातून घडू नये, ते घडतं. काल रात्रीचा प्रकार!''

उपहासपूर्ण स्वराने ऊर्मिलाबाई म्हणाल्या,

''दारूचं व्यसन इतकं वाईट आहे, हे ठाऊक आहे म्हणायचं तुम्हाला!''

अनिरुद्ध काहीच बोलत नाही, असे पाहून त्यांनी टोमणा मारला ''हे जर ठाऊक आहे, तर त्या व्यसनापासून दूर का राहत नाही तुम्ही?''

''हे पाहा ऊर्मिलाबाई, तुम्ही शाळा-कॉलेजांत खूप शिकला आहात; पण तिथल्या पुस्तकांतलं ज्ञान निराळं आणि आपण जगतो, या जगाच्या शाळेत माणसाला जे ज्ञान मिळतं, ते निराळं! हे दुसरं ज्ञान फार कडू असतं. काही काही

वेळा जहरी असतं; पण तेच खरं ज्ञान असतं! मला दारूचं व्यसन कसं लागलं, ही कर्मकथा मी तुम्हाला सांगत बसत नाही! 'एकच प्याल्या'तल्या सुधाकरापेक्षा ती अनेक पटींनी अधिक खरी आहे; पण महारोग्यानं जशा आपल्या जखमा उघड्या ठेवू नयेत, तशा माणसांनीही आपल्या काळजाच्या जखमा कधीही उघड्या करून दाखवू नयेत. त्या उघड्या केल्यापासून तोटा होण्याचाच संभव असतो! मात्र एक गोष्ट अगदी आईची शपथ घेऊन सांगतो मी. माझ्या शरीराला दारू सोडता येत नाही. यापुढं ती सुटेल, असं वाटत नाही. पण माझ्या आत्म्यानं ती सोडण्याकरता फार धडपड केली आहे. मरतेवेळी आईनं माझ्यापाशी पाणीसुद्धा मागितलं नाही! फक्त एक गोष्ट मागितली. 'अन्या, दारू सोड!' क्षणाक्षणाला थंडगार होत चाललेला तिचा हात माझ्या उबदार हातात घट्ट धरून ते वचन मी दिलं, पण... पण मनुष्य किती दुबळा प्राणी आहे, ऊर्मिलाबाई! मी ते वचन पाळू शकलो नाही. अनेकदा रात्री उशीत डोकं खुपसून लहान मुलासारखा रडत बसतो मी! आईला दिलेलं वचन पाळता येत नाही, म्हणून!"

अनिरुद्धाच्या स्वरातला कंप ऊर्मिलाबाईंच्या मनाला जाणवला. त्या सहानुभूतीने त्यांच्याकडे पाहू लागल्या.

अनिरुद्ध पुढे म्हणाले,

"ऊर्मिलाबाई! मी कलावंत नसतो, तर कदाचित आईला दिलेलं वचन पाळू शकलो असतो!"

ऊर्मिलाबाईंनी खोचक स्वराने विचारले,

"व्यसन हा कलावंताला आवश्यक असलेला असा गुण आहे, वाटतं?"

"व्यसन हा व्यवहाराच्या दृष्टीनं फार मोठा दुर्गुण आहे; पण मला वाटतं, कलेचं जग व्यवहाराच्या जगापेक्षा फार निराळं आहे. भावना जितकी कमी, तितकं व्यवहारात यश अधिक! व्यवहारात आपण भावनेचा उपयोग करतो, तो चुलीतल्या विस्तवासारखा. अगदी कामापुरता. पण भावना उफाळून आल्याशिवाय कला जगू शकत नाही, रंगू शकत नाही. तिथं वणवा पेटावा लागतो. गगनचुंबी ज्वाळांची नेहमी जरुरी असते."

आपल्या चित्राचे काय होणार, या चिंतेत चूर झालेले कोदंडराव, इतका वेळ पावसात भिजलेल्या चिमणीने वळचणीला अंग चोरून बसावे, तसे गप्प बसले होते; पण अनिरुद्धाच्या या शब्दांनी त्यांच्या मनात मोठी चलबिचल झाली. ते किंचित पुढे सरकले आणि अनिरुद्धाच्या खांद्यावर त्यांनी हळूच हात ठेवला.

त्यांच्या स्पर्शातली आपुलकी अनिरुद्धांना क्षणार्धात जाणवली! त्यांच्या गंभीर मुद्रेवर एक स्मितरेषा चमकून गेली. आपला डावा हात कोदंडरावांच्या हाती देऊन ते म्हणाले,

"ऊर्मिलाबाई! उगीच लांबण लावत नाही आता. तुम्ही वयानं लहान असलात, तरी हाडाच्या कलावंत आहात. चांगला अभिनय साधावा, म्हणून नटनटींना आपापल्या भूमिकेत किती रंगून जावं लागतं, याची तुम्हाला कल्पना आहे. जगाला मात्र ती कधीच येत नाही! कलावंत आपली बुद्धी, आपल्या भावना, आपलं शरीर, सारं सारं पिळून त्यातून जे अत्तर तयार करतो, ते जगाला हवं असतं. त्या अत्तराचा धुंद करून सोडणारा वास त्याला हवा असतो. एखाद्या अत्तराचा वास मनासारखा नसला, तर जग खुशाल ती कुपी दूर भिरकावून देतं. त्याबद्दल माझी तक्रार नाही; पण ज्या कलावंताकडून आपण एवढ्या मोठ्या अपेक्षा करतो, तो जगतो कसा, याची मात्र जग कधीच पर्वा करीत नाही. कलावंताच्या पोटाला लागणाऱ्या भाकरीचीसुद्धा ते काळजी करीत नाही. मग त्याला लागणारी जी प्रेमाची विचित्र तहान असते, ती तहान किती विलक्षण असते आणि ती अतृप्त राहिल्यामुळेच कलावंत व्यसनांच्या गर्तेत खोल खोल कसा रुतत जातो, याची या जगाला कुठून कल्पना येणार? त्याच्या दृष्टीनं सुतार आणि कवी, लोहार आणि नट हे सारखेच असतात! जगाच्या लेखी दोघांच्याही शरीराच्या आणि मनाच्या भुका एकाच प्रकारच्या असतात! पण हे खरं नाही. कलावंताच्या बुद्धीची भूक, त्याची हृदयाची भूक, त्याची सौंदर्याची भूक, त्याची आत्म्याची भूक— माफ करा, ऊर्मिलाबाई, मला! मी काही तुमच्यासारखा सुशिक्षित नाही; पण एक गोष्ट अनुभवानं सांगतो मी— उत्कटता हा कलेचा प्राण आहे. कलावंताच्या यशाच्या दृष्टीनं ही उत्कटता हा त्याला मिळालेला अपूर्व वर आहे; पण त्याच्या लौकिक जीवनाच्या दृष्टीनं तो भयंकर शाप आहे. त्यामुळेच कलावंत हा शापित अश्वत्थाम्यासारखा— छे! मला नीट समजावून सांगता येत नाही हे तुम्हाला! पण एकच गोष्ट सांगतो— कलावंताच्या उत्कट जीवनाला सदैव कुठून तरी तेवढाच उत्कट प्रतिसाद मिळावा लागतो. तरच तो ताळ्यावर राहू शकतो. माझ्यावरून जीव ओवाळून टाकणारं एक मनुष्य जरी माझ्या पाठीशी नेहमी उभं असतं, तरी काल रात्रीच्या लाजिरवाण्या प्रसंगाबद्दल तुमची माफी मागायची पाळी माझ्यावर आली नसती!"

अनिरुद्धाच्या मनमोकळ्या बोलण्याचा ऊर्मिलाबाईंवर होत चाललेला परिणाम कोदंडराव न्याहाळून पाहत होते. बाईंच्या मनातले किल्मिष पूर्णपणे दूर व्हावे, म्हणून ते मुद्दामच अनिरुद्धांना म्हणाले,

"अनिरुद्ध! कलावंताच्या प्रत्येक दोषाबद्दल त्यालाच जबाबदार धरणं बरोबर नाही, हे तुमचं म्हणणं मला पटतं. ऊर्मिलाबाईंनाही ते मान्य होईल; पण कलावंतानंसुद्धा काही बंधनं पाळायला नकोत का? काल रात्री तुम्ही यांच्याच बंगल्यावर का गेलात?"

अनिरुद्ध हसत म्हणाले,

"तेच सांगायला आलो होतो मी, नि नेमकं तेच सांगायला विसरत होतो. गेल्या तीन दिवसांत ऊर्मिलाबाईंचे नि माझे घराच्या सेटवरले अनेक प्रसंग चित्रित झाले. माझी ही भूमिका मोठी विलक्षण आहे. तिच्यात एकाच वेळी अनेक पातळ्यांवर जावं लागतं. एकसारखे भावनांचे चढउतार होतात! त्यामुळे सारं शरीर आंबून गेलं होतं— बुद्धी बधिर व्हायची वेळ आली होती. हा ताण कमी व्हावा, असं घरी काहीच नव्हतं. एका वेश्यागृहातून तीन वर्षांपूर्वी सोडवून आणलेली पोरगी माझ्यापाशी राहत होती. तिला संसारी जीवन हवं होतं. मला सर्व दृष्टींनी सांभाळणारं कुणी माणूस हवं होतं; पण ती मुलगी तीन दिवसांपूर्वीच अचानक निघून गेली! माझ्या मनाला मोठा धक्का बसला तो! गेले तीन दिवस माझ्या पोटात अन्नाचा कण गेला नाही. मी पीत होतो फक्त चहा आणि दारू. उपाशीपोटी ती दारू फार चढली काल! त्यातच तीन दिवसांतल्या सेटवरल्या साऱ्या प्रसंगांची भर पडली. मी पुन:पुन्हा विचार करीत होतो. त्या सोडून गेलेल्या मुलीचा; पण राहून राहून माझ्या डोळ्यांच्या पुढं उभ्या राहत होत्या ऊर्मिलाबाई! मी पुन:पुन्हा अनुनय करीत होतो, तो चित्रातल्या नायिकेचा; पण त्या जागीही मला दिसत होत्या त्या ऊर्मिलाबाईच. अगदी वेड्यासारखी माझी स्थिती झाली! कलेची उत्कटता, मद्याची धुंदी आणि एकटेपणाची तीव्र जाणीव या सर्वांचं मिश्रण होऊन..."

बोलता बोलता अनिरुद्ध उठले आणि म्हणाले,

"फार बोललो मी, ऊर्मिलाबाई! जगाच्या दृष्टीनं माझा अपराध क्षमा करण्यासारखा नाही. पण..."

पुढे काही न बोलता ते चालू लागले.

ते दारापाशी गेले न गेले, तोच त्यांना रुद्ध कंठातली हाक ऐकू आली.

"अनिरुद्ध!"

ते चमकले, वळून मागे पाहू लागले.

ऊर्मिला लगबगीने त्यांच्याजवळ गेली आणि म्हणाली,

"अनिरुद्ध! माझ्यातली स्त्री अजूनही तुमच्यातल्या पुरुषाला क्षमा करू शकत नाही; पण माझ्यातल्या माणसानं तुमच्यातल्या माणसाला क्षमा केली आहे. आणि... आणि माझ्यातला कलावंत तुमच्यातल्या कलावंताची क्षमा मागत आहे!"

■

१९५७

मुखवटे

गॅलरीतून दाढी करता करताच मी उठलो. खाली पोस्टाचा शिपाई आला होता. हा हा म्हणता तो जिना चढून वर येईल—

तसे पाहिले, तर माझ्यासारख्या कारकुनाने पोस्टाच्या शिपायाच्या स्वागताला धावून का जावे? माझ्यासारख्याला येऊन येऊन कसली पत्रे येणार? आईचे प्रकृती बरी नसल्याचे, धाकट्या भावाचे पैशाची अडचण असल्याचे किंवा मित्राचे बायको सुखरूप प्रसूत होऊन बाळ-बाळंतीण खुशाल असल्याचे ही किंवा अशाच थाटाची पत्रे आमच्यासारख्यांना यायची!

पण हे माहीत असूनही, दाढी अर्धवट टाकून, पत्रे घ्यायला मी उठलो. पोस्टाच्या शिपायाविषयी सामान्य माणसाला वाटणाऱ्या या आकर्षणाच्या मुळाशी काय असते— कायम ठशाच्या जीवनाला कंटाळलेल्या माणसाची काहीतरी नवीन घडावे, ही इच्छा या आकर्षणाच्या मुळाशी असते की, दुसरा काही मानसशास्त्रातला सुप्तगंड असतो? याची माहिती समोरच्या नव्या इमारतीत गेल्या महिन्यात राहायला आलेल्या प्रा. कु. कपिला गायतोंडे यांना विचारावी, असा विचारसुद्धा एक-दोनदा माझ्या मनात येऊन गेला होता. त्या कुठल्या कॉलेजात प्रोफेसर आहेत, हे काही मला ठाऊक नव्हते; पण त्या मोठ्या पंडिता आहेत, त्यांच्या चश्म्याचा नंबर उणे बारा आहे. त्यांनी 'भीतिगंड', 'अहंगंड' वगैरे पंधरा-पंधरा रुपये किमतीची पुस्तके लिहिली आहेत, असे सौभाग्यवतीकडून मी ऐकले होते. तिचे नि प्रोफेसरीणबाईंचे पंधरा दिवसांतच चांगले मेतकूट जमले होते.

मी दार उघडले. टपालाच्या शिपायाने फक्त एक कार्ड माझ्या हातात टेकविले! माझी थोडीशी निराशा झाली. मनुष्य एक कार्ड किती वेळ चघळील? मी ते पत्र वाचीत वाचीत दाढीच्या साहित्यापाशी आलो. खाली बसून समोरच्या आरशात पाहिले. एक गाल गिलाव्याचे पोपडे निघालेल्या भिंतीसारखा दिसत होता. दुसरा...

स्वयंपाकघरातून प्रथम फोडणीचा आणि नंतर सौभाग्यवतीचा आवाज ऐकू आला.

"टपाल आलं ना?"

"हो."

"पत्र आलंय का?"

"आलंय!"

"केव्हा येणार?"

"संध्याकाळी..."

सौभाग्यवती हात पुसतच बाहेर आली. तिचा चेहरा मोठा उल्हसित दिसत होता. ती म्हणाली,

"किती दिवस आईला ये-ये म्हणतेय! पण..."

मी हळूच म्हणालो,

"पत्र माझ्या सासूबाईंचं नाही!"

"मग?"

"तुझ्या सासऱ्यांचं आहे!"

"हल्ली स्वर्गातून टपाल यायची सोय झाली, वाटतं?"

टोमणे मारणे हा बायकांचा जन्मसिद्ध हक्क आहे, हे लक्षात घेऊन मी हसत हसत म्हणालो,

"अगं, तुझे सासरे, म्हणजे माझे वडील नव्हेत. माझे चुलते शिनूकाका!"

"ते कशाला येताहेत इथं?"

आपली आई येणार, या कल्पनेने सौभाग्यवतीची मुद्रा एखाद्या संमेलनाच्या स्वागताध्यक्षासारखी झाली होती; पण शिनूकाका येणार, हे कळताच तिचा चेहरा या संमेलनाच्या विरोधकांच्या पुढाऱ्यासारखा झाला. त्याला कारणही तसेच होते! माझे लग्न ठरले, त्यावेळी ही मुलगी पाहणाऱ्या शिष्टमंडळात शिनूकाकाही होते. त्यांनी सौभाग्यवतीविरुद्ध मत दिले होते, अशी कुणकुण पुढे कुठून तरी तिच्या कानांपर्यंत पोहोचली होती. त्या लग्नाला आता पंधरा-सोळा वर्षे झाली होती. आमच्या संसार-वृक्षाची तिन्ही फळे मंजू, मोहन व मधू शाळेत दाखल झाली होती; पण तिचा शिनूकाकावरला घुस्सा मात्र अजून कमी झाला नव्हता. मला वाटते, दीर्घ द्वेषाबद्दल नागाची जगात उगीच बदनामी झाली आहे. माणसे त्याच्यापेक्षा अधिक दिवस डूक धरतात— त्यातही बायका तर जास्तीच!

सौभाग्यवतीला माझ्याकडून प्रश्नाचे उत्तर मिळाले नव्हते. शिनूकाका का येताहेत, हे सांगायला विलंब लावला, तर आज आपल्यावर करपलेली भाजी खायचा प्रसंग येईल, हे मी हा हा म्हणता ताडले! दाढी संपवल्यासारखी करून

आणि घसा खाकरून मी तिला म्हणालो,

"हे पाहा, शिनूकाका आता सत्तरीत आले आहेत— अगदी पिकलं पान झाले असतील! पुतण्याचा संसार बघावा, असं आलं असेल त्यांच्या मनात—"

"ते तुमचे काका— तुम्ही त्यांचे पुतणे! मला काय करायचंय मधे बोलून! तुमचे शिनूकाका खुशाल येऊ देत, नाहीतर जाऊ देत! माझं काय सरतंय त्यात? पण एक सांगून ठेवते— म्हातारेबुवा मुंबईला डॉक्टरांकडे खेपा घालताहेत दोन वर्षांपास्नं! हे हेलपाटे घालायचा कंटाळा आला असेल त्यांना. तेव्हा पुण्याला पुतण्याकडेच मुक्काम ठोकावा, असा काहीतरी कावा असेल त्यांच्या या येण्यात! तुम्ही आहात भोळे सांब! म्हणून बजावून सांगते—"

प्रत्येक बायकोला आपला नवरा भोळा सांब वाटत असतो की काय, कुणाला ठाऊक! कदाचित स्वत:च्या चंडिकेच्या अवताराचे समर्थन करण्याकरिता बायकांनी ही क्लृप्ती शोधून काढली असेल!

मी शिनूकाकांना पुरा ओळखीत होतो. त्यांचा पिंड खेड्यातला. आपण चार दिवस राहायचा आग्रह केला, तरी ते दोनच दिवसांत इथून गाशा गुंडाळतील. शिवाय जे काही चार-दोन दिवस ते राहतील, त्यात संध्याकाळी सहापासून सकाळी दहापर्यंत मुले नाही तर आपण त्यांच्याभोवती राहत जाऊच. सकाळी दहा ते सहा काय तो सौभाग्यवतीचा आणि त्यांचा सामना होण्याचा संभव! पण या आठ तासांतले तीन-चार तास शिनूकाका सहज झोपेत घालवू शकतील. शिवाय आज रात्री आपण सौभाग्यवतीलाही थोडे समजावून सांगू!— अर्थात ते तिच्या गळी उतरावे, म्हणून संध्याकाळी आठवणीने फुलांची वेणी आणायला हवी आणि कुठे कोणता सिनेमा लागलेला आहे व त्यापैकी कोणत्या सिनेमाला केव्हा जायचे, हेही नक्की करायला हवे!

ही सर्व तयारी करून मी संध्याकाळी सात वाजता शिनूकाकांना आणायला स्टेशनवर गेलो. ते डब्यातून उतरताच मी त्यांच्या पायांना हात लावून नमस्कार केला. मोठा आनंद झाला त्यांना! ही जुनी माणसे किती अल्पसंतुष्ट असतात!

रिक्षात बसल्यावर मी विचारले,

"काका, डॉक्टर काय म्हणतात?"

"काय म्हणणार? ओके का बोके काय म्हणता ना तुम्ही?- अगदी तेच!"

"म्हणजे?" मी आश्चर्याने प्रश्न केला.

"म्हणजे काय, लेका? जेहेत्ते कालाचे ठायी आमच्या विकारात सुधारणा झाली आहे."

"ऑपरेशनचं काय झालं?"

"ऑपरेशन बिपरेशन कुछ नही. अरे बाबा, आम्ही जुनी माणसं. जुन्या काळी

ऑपरेशन व्हायचं, ते फक्त लढाईत; पण तुमचा जमाना मोठा विचित्र आहे, पडसं झालं, कापा नाक!''

काकांचा भित्रा स्वभाव मला पूर्णपणे ठाऊक होता. त्यांना भय वाटत असल्यामुळे ते ऑपरेशन लांबणीवर टाकीत आहेत की, डॉक्टरांनी खरोखरीच त्यांना ऑपरेशन नको, म्हणून सांगितले आहे, हे मला कळेना!

आम्ही रिक्षातून उतरलो. पायऱ्या चढून जिन्याकडे वळताना काकांचा एकदम तोल गेला. त्यांना पायरी दिसली नसावी, असे मला वाटले. मी त्यांना एकदम धरले. त्याबरोबर खो खो हसत ते म्हणाले,

''हे पाहा श्रीपाद, तसा काही मी म्हातारा झालो नाही हं! उद्या ऊस आण हवा तर; तो दातांनी सोलून खातो की नाही, पाहा. 'सेव्हंटी नॉट आउट' आहे मी अजून! दात, कान, डोळे— सारं काही जिथल्या तिथं आहे!''

जिना चढून आपल्याला वर जायचे आहे, असे मी सुचविताच ते म्हणाले,

''छान, छान! शहरात शक्य तितकं वरच्या मजल्यावर राहावं माणसानं. तेवढाच चढायउतरायचा व्यायाम होतो; पण तुम्हा तरुण लोकांना तोसुद्धा नको असतो. जावं, तिथं लिफ्ट आहे का, म्हणून विचारतात! अरे, परमेश्वरानं दिलेल्या या दोन पायांनी मी स्वर्गाच्यासुद्धा साऱ्या पायऱ्या चढून जाईन!''

बोलण्याच्या नादात असेल किंवा जिन्यातल्या वळणावळणावरील तिरपी पायरी न दिसल्यामुळे असेल, काका स्वर्गाऐवजी पाताळात जात होते! मोठ्या कष्टाने मी त्यांना सावरले. लगेच ते हसत हसत उद्गारले,

''अरे बाबा, पडेल तो चढेल!''

दुसऱ्या दिवशी सकाळी मी त्यांना चहाला बोलवायला गेलो, तेव्हा ते खोलीतले फोटो आणि कॅलेंडरे पाहण्यात गुंग झाले होते. मधेच मागे जाऊन पाहावे, मधेच अगदी भिंतीजवळ येऊन पाहावे, असे ते करीत होते. काही जुने फोटो फार पुसट झाले होते. त्यामुळे त्यांना त्यातली माणसे नीट ओळखता येत नसतील, असे पाहून मी त्यांना म्हटले,

''संध्याकाळी सारे फोटो खाली काढून दाखवीन मी तुम्हाला!''

त्याबरोबर ते म्हणाले,

''ते काढायला कशाला हवेत? खालून स्पष्ट दिसताहेत अगदी! लख्ख!''

चहा घेता घेता मंजू, मोहन, मधू यांच्याकडे पाहत काका सौभाग्यवतीला म्हणाले,

''सूनबाई, तू जरा चिक्कूच दिसतेस!''

आता लढाईला तोंड लागते की काय, या कल्पनेने माझ्या पोटात गोळा उभा राहिला. कदाचित म्हाताऱ्याला खूप गोड चहा लागत असेल; पण तसे सरळ

सांगायचे सोडून—

सौभाग्यवती काहीच बोलली नाही. मी एकटाच असतो, तर या मनोनिग्रहाबद्दल तिच्या अभिनंदनाचा ठराव मांडून, त्याला दुजोरासुद्धा मीच दिला असता!

काकांच्या पेल्यात मी साखर घालू लागलो, तेव्हा लगेच माझा हात धरून ते म्हणाले,

"सूनबाई, साखरेच्या बाबतीत चिक्कू आहे, असं कुठं म्हटलं मी? इतक्या वर्षांनी तुझा संसार पाहायला मी आलो! नि पाहतो, तो अवघे इन-मीन-तीन नग! अरे श्रीपाद, माझ्या आजीला एकोणीस मुलं होती— एकोणीस! मला सात चुलते आणि अकरा आत्या होत्या!"

मुले चहा प्यायचे सोडून काकांच्या वीरश्रीयुक्त चेहऱ्याकडे पाहू लागली. जणू काका झाशीच्या लक्ष्मीबाईच्या पराक्रमाच्या गोष्टी सांगत होते!

मी सौभाग्यवतीकडे पाहिले. तिच्या कपाळाला आठ्या पडल्या होत्या; पण काकांशी सबुरीने वागायचे तिने मला रात्री वचन दिले होते, ते पाळण्याची ती शिकस्त करीत होती! आता काकांना स्वयंपाकघरातून हलविले नाही, तर उभय पक्षांत चकमक झडल्याशिवाय राहणार नाही, असे वाटून मी घाईघाईने चहा संपविला. लगेच बायकोला दाढीकरिता गरम पाणी मागितले आणि शिनूकाकांना म्हणालो,

"काका, पुणं आता फार सुधारलंय हं! आमच्या गॅलरीतूनसुद्धा तुम्हाला कल्पना येईल या नव्या पुण्याची! चला, मी दाढी करीत बसतो तिथं."

काका माझ्याबरोबर बाहेर आले. गॅलरीत उभे राहून त्यांनी चोहीकडे नजर फिरविली. समोरची नवी, सुंदर इमारत पाहून ते निहायत खूश झाले.

"समोर कोण राहतं रे, इथं?" त्यांनी सहज प्रश्न केला.

"त्या पाट्या पाहा ना. उजव्या बाजूच्या ब्लॉकमध्ये कपिलाबाई गायतोंडे राहतात. त्या अमेरिकेला जाऊन आल्या आहेत, म्हणे! त्यांनी जाडेजाडे ग्रंथही लिहिले आहेत. शिवाय त्या मानसिक विकृतींनी पछाडलेल्या लोकांना सल्लाही देतात."

"म्हणजे काय करतात, बाबा?"

"मलासुद्धा नीटसं काही ठाऊक नाही, काका. जसे गुरांचे डॉक्टर निराळे नि माणसांचे डॉक्टर निराळे, तसंच हे असावं! आपले डॉक्टर शरीराचे रोग बरे करतात; पण मनाचे रोग बरे करण्याचं काही निराळं शास्त्र आहे, म्हणे! त्यात या बाई पारंगत असाव्यात!"

"चुलीत घाल ते तुझं शास्त्र! चार आण्यांना मिळणारं 'मनाचे श्लोक' हे पुस्तक विकत घ्यावं नि त्याचं दररोज पारायण करावं; म्हणजे सारे मनाचे रोग बरे

होतात. माझी बायको मेली— हातातोंडाला आलेला पोरगा गेला— घरादाराची जाळपोळ झाली— म्हातारपणी डोळे जायची पाळी आली— प्रत्येक वेळी मी हेच औषध घेतलं. अगदी रामबाण आहे हे!"

काकांचे या विषयावरले वक्तृत्व वाढू नये, म्हणून समोरच्या पाटीकडे बोट दाखवीत मी म्हटले,

"या समोरच्या ब्लॉकमध्ये कु. आरती आणि त्यांच्या मातोश्री राहतात. ही आरती नृत्यराणी आहे, काका!"

"म्हणजे?"

"ती नाचाचे कार्यक्रम करते. डान्सिंग पार्टीची ती पाटी पाहा ना तिची. अधूनमधून सिनेमात कामही करते ती."

याच वेळी नृत्यराणी कु. आरती आपला सकाळचा नट्टापट्टा संपवून लचकत मुरडत गच्चीत आली. तिची ती चित्रविचित्र केशभूषा आणि वेशभूषा पाहून काकांच्या तोंडाचा पट्टा सुरू होईल, या भीतीनं मी मधेच ओरडलो,

"मंजू, माझं दाढीचं पाणी कुठं आहे?"

मंजू पाणी घेऊन आली. तिला काकांना आजचे वर्तमानपत्र वाचायला दे, म्हणून मी सांगितले. त्याबरोबर काका उद्‌गारले,

"छे! त्यात काय वाचायचं असतं डोंबल! इथं चोरटी दारू सापडली नि तिथं—"

खाली मान घालून मी दाढीची तयारी करू लागलो. काका आपल्या उजव्या हाताचा तळवा पाहू लागले. मधेच ते तळवा डोळ्यांपासून दूर धरीत. मग तो डोळ्यांजवळ आणीत. थोड्या वेळाने अगदी डोळ्यांपाशी नेत. सकाळी खोलीतल्या फोटोशी त्यांचा असाच चाळा चालला होता. म्हातारपणी माणसे काहीतरी वेडेचाळे करू लागतात, हे मी ऐकले होते. कुणी म्हातारा स्वत:शीच पुटपुटत बसतो, कुणी उगीचच हसत सुटतो. काकांचा हा प्रकार त्यातलाच असावा, असे वाटून मी गप्प बसलो. मात्र त्यांच्याशी काहीतरी बोलायला हवे, म्हणून गालांना साबण लावता लावता मी म्हणालो,

"काका! दुपारी तुम्ही एकटे असणार घरी. कदाचित कंटाळा येईल तुम्हाला. गीतारहस्य किंवा दुसरं काही वाचायला आणून ठेवू का?"

ते हसत म्हणाले,

"अरे बाबा! मी एकटा असलो, तरी मला कधीच कंटाळा येत नाही. माझी एक बायको मेली; पण दुसरी जिवंत आहे ना?"

"दुसरी?" मी आश्चर्याने चीत्कारलो! असल्या काही लफड्यात सापडून तर काका पुण्याला आले नाहीत ना? दुपारी मी कचेरीत गेल्यावर स्वारी त्या बाजूला

भेटायला जाणार असेल! पण छे! अशी शंका घेणं हेसुद्धा पाप आहे!

माझा चीत्कार ऐकून माझ्या पाठीवर थाप मारीत काका म्हणाले,

"अरे शहाण्या! आमची दुसरी कोण ठाऊक आहे का? निद्रादेवी!"

आता कुठे माझा जीव भांड्यात पडला! काका पुढे सांगू लागले,

"झोप येईनाशी झाली की, मी स्वत:शीच काहीतरी गुणगुणत राहतो. लहानपणी संस्कृत श्लोक, 'नवनीता'तली कविता, नाटकांतली पदं, जे जे तडाक्यात सापडेल, ते ते मी तोंडपाठ करायचो! त्याचा आता फार फायदा होतो. करमेनासं झालं, की मी त्यातलं काहीतरी म्हणत बसतो. माझा दुपारचा वेळ कसा जाईल, याची बिलकूल काळजी करू नकोस तू!"

कचेरीत कामांच्या गर्दीतसुद्धा काकांची दोन-तीनदा आठवण झाली मला. त्यांचा तिसऱ्या प्रहरचा चहा निर्विघ्न पार पडला असेल, अशी आशा करीत मी माझा चहा घेतला.

साडेसहाच्या सुमाराला मी घरी आलो. काका आमच्या गॅलरीत उभे होते. ते समोरच्या नव्या, सुंदर इमारतीकडे पाहत होते. त्यांना ती फार आवडली असावी, असे दिसत होते. ते समोर पाहत असल्यामुळे मी आल्याचे त्यांना कळलेच नाही.

माझ्या पुढ्यात चहाचा पेला ठेवता ठेवता सौभाग्यवती पुटपुटली,

समोरच्या कपिलाबाईंनी तुम्हाला बोलावलंय!"

"मला?"

"हं!"

"केव्हा?"

"आत्ताच्या आत्ता!"

"त्या आजारीबिजारी आहेत का? तसं काही असेल, तर चिठ्ठी देऊन मंजूला डॉक्टरांकडं पाठवितो."

"त्या आजारी नाहीत; तुमचे काका आजारी आहेत!"

"म्हणजे?"

"हे पाहा, मी काही कपिलाबाईंसारखी शिकलेली नाही. त्या सांगतील तुम्हाला सारं समजावून."

काय झालंय ते कळेना. सौभाग्यवती अधिक बोलेना. काका तर गॅलरीत धडधाकट उभे असलेले दिसत होते. पाच वाजल्यावरच पोरे घरी आली असतील; पण त्या बिचाऱ्यांना यातलं काय माहीत असणार?

मी मुकाट्याने समोरच्या नव्या सुंदर इमारतीचा जिना चढू लागलो. छाती

धडधड करीत होती. अमेरिकेला जाऊन आलेल्या एका बड्या विदुषीशी बोलण्याचा माझ्या आयुष्यात हा पहिलाच प्रसंग होता.

भीतभीत दारावर मी टकटक केले. कपिलाबाईंनी ते उघडले. त्यांच्या डाव्या हातात एक लठ्ठ पुस्तक व उजव्या हातात एक लठ्ठ तांबडी पेन्सील चमकत होती. ढाल-तलवार घेऊन लढणाऱ्या जुन्या काळच्या रणरागिणीचा हा नवा अवतार होता!

कपिलाबाईंनी एका खुर्चीकडे पेन्सिल केली. मी त्या खुर्चीत बसावे, असा त्या खुणेचा अर्थ होता. लगेच त्या आपल्या आरामखुर्चीत विराजमान झाल्या. हातातले पुस्तक दाखवीत त्या मला म्हणाल्या,

"मी स्टेकेल वाचतेय!"

स्टेकेल हे काय प्रकरण आहे, हे इथे कुणा लेकाला ठाऊक होते! श्रीकृष्णाच्या द्वारकेतल्या महालात पाऊल टाकणाऱ्या सुदाम्यासारखी माझी स्थिती झाली होती. जिकडे पाहावे तिकडे जाडजूड पुस्तकेच पुस्तके! मला बाईंच्या विद्वत्तेविषयी विलक्षण आदर वाटू लागला.

जाड भिंगाच्या चश्म्यामुळे कपिलाबाईंचा चेहरा फार गंभीर भासत होता; पण हसण्याचा शिकस्तीचा प्रयत्न करीत त्या म्हणाल्या,

"हौ सिली! स्टेकेल कोण, हे मी तुम्हाला सांगितलंच! फ्रॉइड तुम्हाला ठाऊक आहे ना?"

मी फक्त फ्रॉइडचे नाव ऐकले होते; पण जणूकाही तो माझा लंगोटीयार दोस्त होता, अशा थाटात मी होकारार्थी मान हलविली.

"पण हे पाहा, मिस्टर सावित्रीबाई..."

"माझं नाव श्रीपाद."

"हे पाहा श्रीपादराव, फ्रॉइड हा उच्चार चूक आहे. खरा उच्चार आहे "फ्रूड!" एक सुस्कारा सोडून त्या म्हणाल्या, "आपला देश किती मागं आहे अजून जगाच्या!"

मी मुकाट्याने नंदीबैलासारखी मान हालवून बाईंच्या म्हणण्याला दुजोरा दिला.

कपिलाबाईंचे वक्तव्य पुढे सुरू झाले,

"फ्रूडबरोबर अनेक मानसशास्त्राचे संशोधक होते. जुंग, ॲडलर, हा स्टेकेल— पुढं त्यांचे मतभेद झाले. आपल्याकडं जुंग आणि ॲडलर यांची थोडी माहिती आहे; पण या स्टेकेलची—"

बाईंनी स्टेकेलची माहिती करून देण्याकरिता मला बोलावले आहे की काय, हे कळेना. स्टेकेलला जन्माला घालणाऱ्या परमेश्वराला मनातल्या मनात मी शिव्या देऊ लागलो!

प्रा. कपिलाबाईंच्या स्टेकेल-पुराणातील फ्रूड आणि स्टेकेल यांच्या मतभेदाचे वनपर्व सुरू होण्याचा रंग दिसू लागला. हे लक्षात येताच मी धीर करून म्हणालो,

"मला भाजी आणायला जायचंय. तेव्हा... आपण मला का बोलावलं, हे जरा कळलं तर—"

स्टेकेलसाहेबाला शेजारच्या टेबलावर आपटून कपिलाबाई म्हणाल्या,

"अस्सं होतं पाहा माझं नेहमी! एकदा पुस्तकात शिरले की, ती समाधी काही केल्या उतरत नाही!"

"गार्गी, मैत्रेयी वगैरे वगैरेंची अशीच स्थिती होत असावी!" स्टेकेलपुराण थांबविल्याबद्दल बाईंनी रागावू नये, म्हणून मी बोलून गेलो.

कपिलाबाई एकदम गंभीर झाल्या— एखाद्या लेण्यातल्या मूर्तीसारख्या! मग त्यांनी घसा खाकरला. क्षणभर वर पाहून त्या मला म्हणाल्या,

"तुमच्या घरात एक म्हातारेबुवा नुकतेच आले आहेत. होय ना?"

"हो. माझे चुलते लागतात ते— सख्खे चुलते."

"त्यांच्या पूर्वचरित्राविषयी तुम्हाला काही माहिती आहे?"

"शिनूकाकांचा लौकिक फार चांगला आहे त्यांच्या गावात!"

"अहो, पुष्कळ माणसं असे खोटे मुखवटे चढवून जगात वावरत असतात; पण एखाद्या वेळी तो मुखवटा चटकन दूर होतो नि मग—" त्या उठल्या आणि माझ्या हातात एक जाड इंग्रजी पुस्तक देत म्हणाल्या, "हे वाचा. 'थेरड्यांच्या प्रेमचेष्टा'. तुमच्या काकांसारखी शंभर उदाहरणं आहेत यात!"

काकांनी दुपारी काय भानगड केलीय, हे माझ्या लक्षात येईना; पण त्यांनी काहीतरी भयंकर—

कपिलाबाई पुन्हा आरामखुर्चीतून उठल्या. कपाटापाशी जाऊन त्यांनी एक लठ्ठ मराठी पुस्तक बाहेर काढले. ते मला दाखवीत त्या म्हणाल्या,

"हे माझं नुकतंच प्रसिद्ध झालेलं पुस्तक 'कामगंड.' सात वर्षं मी या पुस्तकासाठी रक्त आटवलंय! तुमच्या काकांसारख्या चार-पाच म्हाताऱ्यांची उदाहरणंसुद्धा दिली आहेत या पुस्तकात— अगदी अस्सल देशी म्हाताऱ्यांची!"

आता मला गप्प बसवेना. थोड्याशा घुश्शातच मी प्रश्न केला,

"पण असं केलं काय आमच्या काकांनी?"

बाई नागिणीसारख्या उसळून म्हणाल्या,

"तेच सांगायला तुम्हाला बोलावलं मी! मी इथं राहायला आल्यापासून तुमच्या सावित्रीबाई नि मी मोठ्या मैत्रिणी झालोय. इतकी पाकशास्त्रनिपुण पत्नी मिळाली, हे तुमचं भाग्य आहे. त्यांचे पापड अमेरिकेतल्या एका प्रदर्शनात ठेवायला पाठविणार आहे मी!"

ते सारे पापड काकांनी फस्त करून टाकले की, आणखी काही केले...

कपिलाबाई पुढे बोलू लागल्या.

"आज दुपारी तुमच्या घरी आम्ही दोघींनी मिळून एक नवीन पदार्थ करायचं ठरविलं होतं— मक्याचा हलवा! त्यासाठी चार वाजता मी तुमच्याकडं आले. तुमचे हे काका जिन्याच्या दारातच उभे होते. डोळ्यांवर हात धरून ते पुन:पुन्हा माझ्याकडे पाहू लागले. मला त्या चटोरपणाचा अर्थच कळेना. थेरडा चळलाय, असं—"

"छे! छे!" मी मधेच उद्‌गारलो.

"पुढचं आख्यान ऐका नि मग करा तुमच्या काकांची वकिली. आम्ही दोघी मक्याच्या हलव्याला लागणारे जिन्नस मोजून मापून घेऊ लागलो. तुमच्या काकोबांची स्वारी पलीकडल्या खोलीत दार लावून घेऊन बसली. आता निवांतपणे तो हलवा करायला मिळेल, या आनंदात आम्ही दोघी होतो. इतक्यात तुमच्या म्हातारेबुवांना गायची लहर आली. बरं, गाणी म्हणायची, ती तरी थोडी सभ्य असावीत, की नाही? ... का हो श्रीपादराव, तुमचे हे चुलते तरुणपणी तमाशाबिमाशात नव्हते ना?"

"छी! छी!"

"या पाहा त्यांच्या गाण्यांतल्या काही ओळी टिपून घेतल्या आहेत मी! त्या नीट वाचा नि मग पुढं बोला!"

कपिलाबाईंनी टेबलावरला एक कागद उचलून माझ्या हातात दिला. मी त्याच्यावरच्या ओळी वाचू लागलो...

'ते मुख वर केले, परि नाहि चुंबिले'... 'ये अशी! बैस मजसरशि! उगिच कां भिशि? नाही कुणि दुसरे! दे सोडूनी अवघी शंका, बिंबाधरे!'

"बिंबाधरा, मधुरा"...

"सुंदर, सुबक ठेंगणी स्थूल न, कृशहि न, वय चवदाची"

"अंगे भिजली जलधारांनी! ऐशा ललना स्वये येउनी! देती आलिंगन-"

मी एकदम म्हणालो,

"काकांना नाटकं पाठ येतात. सारी त्यातली पदं दिसताहेत ही!"

"अहो, पण असली पदं तुमच्या-आमच्यासारख्यांच्या घरात काय मोठमोठ्यानं म्हणायची? शेजारी काय म्हणतील? शेण घालतील ते तोंडात!"

"हे पाहा कपिलाबाई, काकांचा जन्म गेलाय खेड्यात. त्यामुळे शहरातल्या तुमच्या-आमच्या सभ्यपणाच्या कल्पना त्यांना—"

"अं हं! साफ चुकताय तुम्ही, श्रीपादराव! सावित्रीबाईंना विचारा हवं तर! या म्हातारबुवांना मानसिक विकृतीच झाली आहे. तिचा हा दुसरा पुरावा पाहा!"

हातात दुसरा एक कागद घेऊन तो फडफडवीत कपिलाबाई म्हणाल्या,

"तुमची मंजू पाच वाजल्यावर शाळेतून आली. काकांनी तिची परीक्षा घेण्याकरिता तिला शुद्धलेखन घातलं. त्यात 'भग्न' शब्द लिहायला ती चुकली. काकांनी तो कसा लिहायचा, ते तिला शिकवलं. आता एवढ्यावर म्हातारबुवांनी गप्प बसायचं, की नाही? पण मानसिक विकृती माणसाला कधीच स्वस्थ बसू देत नाही. तिला तसलेच दोन शब्द त्यांनी लिहायला सांगितलं."

"ते कोणते?"

"पहिला- लग्न!"

"छान! लहानपणी मंजूला बाहुलाबाहुलीचं लग्न फार आवडायचं!"

"अहो, तुमच्या काकांनी पहिला शब्द सांगितला लग्न आणि दुसरा सांगितला नग्न!"

"नग्न?" मी स्वत:ला चिमटा घेत उद्गारलो.

"हो, नग्न! आता तुम्हीच पाहा— मंजू तेरा-चौदा वर्षांची आहे. आमच्या सायकॉलॉजीत हे वय मोठं नाजूक मानलं जातं. 'ॲडोलेसंट पीरिअड' आहे हा! 'ता'वरनं ताकभात ओळखायला लागतात पोरं या वेळी. मग लग्न आणि नग्न हे शब्द तिच्या डोळ्यांपुढं एकदम उभे राहिल्यावर—"

"काकांचा तसा काही वाईट हेतू नसेल, कपिलाबाई!" मी चाचरत म्हणालो.

"त्यांचा हेतू घेऊन काय जाळायचाय, श्रीपादराव? काडी ओढणाऱ्याचा हेतू फक्त विडी पेटविण्याचा असतो. पण त्या काडीनं गवताच्या गंजीला आग लागते— आग पसरत जाते— सारं गाव जळून खाक होतं! तुमच्या मिसेस माझ्या जिवाभावाची मैत्रीण आहेत. म्हणून मी माझं काम सोडून तुम्हाला हे सारं समजावून सांगतेय. म्हातारेबुवांचं पार्सल आत्ताच्या आत्ता त्यांच्या खेडेगावी रवाना करा!"

"तसं कसं... खूप वर्षांनी काका माझ्याकडं आले आहेत. त्यांना तसं कसं, ते काही फार दिवस..."

माझे वाक्य पुरे होण्याच्या आत कबुतराप्रमाणे घुमत घुमत नृत्यराणी कु. आरती गॅलरीकडल्या दारात येऊन उभी राहिली. तिचा थाटमाट सकाळपेक्षा अगदी निराळा होता. ती दिवसाकाठी किती वेळा कपडे बदलत होती, ते कुणाला ठाऊक!

हळूहळू ती गुणगुणू लागली,

"लेके पहला पहला प्यार..."

कपिलाबाई तिच्याकडे वळून म्हणाल्या,

"काय म्हणतेय आमची कोकिळाराणी?"

"रात्री पिक्चरला जाऊ या का, कपिलामावशी? अगदी मस्त आहे म्हणे! मरलिन मनरोचं!"

"आज नको बाई! हा स्टेकेल पुरा करायचाय मला. उद्या रात्री जाऊ म्हणावं, आईला!"

'लेके पहला पहला प्यार' ही ओळ गुणगुणत आरती निघून गेली. कपिलाबाई स्टेकेल उघडीत मला म्हणाल्या,

"श्रीपादराव! सावित्रीबाईंची मैत्रीण म्हणून या म्हातारेबुवांच्या बाबतीत तुम्हाला धोक्याची सूचना देणं हे माझं कर्तव्य होतं. ते मी केलं. अहो, घोडा आवरायला लगाम असतो; मोटार थांबवायला ब्रेक असतो; पण म्हातारी माणसं चेकाळली, म्हणजे त्यांना ताब्यात ठेवणं मोठं कठीण कर्म आहे... बराय!"

मी कोयनेल घेतल्यासारखा चेहरा करून कपिलाबाईंना नमस्कार केला आणि दार उघडून गोंधळलेल्या मन:स्थितीत जिन्याची एकेक पायरी उतरू लागलो.

रात्रभर मी बेचैन होतो. राहून राहून या एकाच गोष्टीचा मी विचार करीत होतो. एकदा वाटे, सौभाग्यवती आणि कपिलाबाई उगीचच पराचा कावळा करताहेत. एकदा वाटे, सत्तरीच्या घरात आलेल्या काकांनी आपल्या तेरा वर्षांच्या नातीला 'नग्न' हा शब्द लिहायला सांगणे कितपत योग्य आहे? पलीकडच्या खोलीत आपली सून व तिची मैत्रीण बोलत बसल्या आहेत, हे ठाऊक असून 'ये अशी, बैस मजसरशि' असली पदे म्हणणे हे विकृत मनाचे लक्षण नाही काय? कपिलाबाईंचे मानसशास्त्र सांगते, तेच खरे असले पाहिजे.

पण काकांना या गोष्टीची जाणीव कशी करून द्यायची? मांजराच्या गळ्यात घाट केव्हा आणि कशी बांधायची?

तो मोका दुसऱ्या दिवशी सकाळीच मिळाला मला. गॅलरीत मी दाढी करीत बसलो होतो. काका वेळ जावा म्हणून फेऱ्या घालीत होते. मधेच ते स्वत:शी काहीतरी गुणगुणू लागले.

या सुताने मी स्वर्गाला जायचे ठरविले. सहज आठवल्यासारखे करीत मी म्हणालो,

"काल दुपारी तुम्ही खूप वेळ गात होता म्हणे, काका!"

"आता कसलं गाणं घेऊन बसलाहेस, श्रीपाद? भावड्याचे, केशवाचे नि बालगंधर्वांचे ते दिवस फार मागं पडले, बाबा! तुझ्या समोरची ही नृत्यराणी कालच दुपारी एकसारखे 'लेके पहला पहला प्यार' म्हणून ठणाणा करू लागली! मग मलाही अवसान चढलं. म्हटलं, आमचा 'पहिला पहिला प्यार' दाखवू या हिला. मग बसलो खोलीत मांडी ठोकून नि लागलो म्हणायला जुन्या नाटकांतली प्रेमाची गाणी. असा मजा आला म्हणतोस! काल प्रेमाची गाणी झाली. आज भक्तीची म्हणणार आहे— 'सुंदरमुख तुंदिलतनु नंदिकेशवरा', 'पंचतुंड नररुंडमालधर' वगैरे वगैरे."

"पण काका, तुम्ही दुपारी गाणी म्हटली नाहीत तर चालणार नाही का?"

"चालेल रे, सूनबाईला गाणी आवडत नसली, तर मनाचे श्लोक म्हणत बसेन मी. आपलं काय? कुणीकडून वेळ गेला म्हणजे झालं!"

"तसं कशाला? आज मीच लवकर येतो कचेरीतून. आपण चहा घेऊ नि फिरायला जाऊ."

"फार उत्तम. मग गाणी म्हणून घसा कोरडा करून घ्यायला नको मला उगीच!"

कपिलाबाईंना वाटत होते, तितके काही हे 'ये अशी'चे प्रकरण भयंकर नव्हते. काकांच्या मनात काही विकल्प असता, तर इतक्या सरळपणाने ते ही हकिकत मला सांगू शकलेच नसते!

पण... पण ते नग्न-प्रकरण?

ती गोष्ट काकांपाशी कशी काढायची, ते मला कळेना. काहीतरी युक्ती लढवावी, म्हणून मी मंजूला दाढीचे पाणी टाकायला हाक मारली. ती ते पाणी घेऊन गेली. तिची पाठ फिरताच काका माझ्याजवळ येऊन खालच्या स्वरात सांगू लागले,

"काल माझी काय फजिती झाली म्हणतोस! मी मंजूला शुद्धलेखन घातलं. 'भग्न' शब्द काही तिला नीट लिहिता येईना. तो मी लिहून दाखविला तिला. मग असलेच दोन शब्द लिहून दाखीव, म्हणून मी तिला सांगितलं. तिनं लग्न शब्द चटकन लिहिला; पण दुसरा शब्द काही केल्या सुचेना तिला. आमच्या विद्वत्तेचा भोपळा फुटायची वेळ आली! विघ्न, शत्रुघ्न असले पुष्कळ शब्द सुचले; पण त्या सगळ्यांत 'घ्न' होता. 'ग्न' कुठेच मिळेना. इतक्यात तुझी नटी आली माझ्या मदतीला धावून!"

"नटी? समोरची?"

"अं हं! तुझ्या खोलीतल्या कॅलेंडरावरली. कुठली तरी परदेशी बाई आहे ती. तिचा तो सातअष्टमांश शरीर उघडं टाकणारा पोशाख पाहून मला एकदम 'नग्न' शब्द आठवला. तो लगेच मंजूला सांगितलासुद्धा मी! मग मात्र माझी मलाच अशी लाज वाटली म्हणतोस! पण करणार काय? हातातून बाण सुटून गेला होता!"

कपिलाबाईंची काकांच्या मानसिक विकृतीविषयी तक्रार होती. पण काकांचे हे दिलखुलास बोलणे ऐकून खुद्द बाईंच्याच मनात काही विकृती नसेल ना—कामशास्त्रावरल्या लठ्ठलठ्ठ पुस्तकांचे त्यांना अजीर्ण झाले नसेल ना, अशी शंका माझ्या मनात येऊन गेली.

मात्र काही झाले तरी कालच्यासारखी काही भानगड आज उपस्थित होऊ नये, म्हणून आपण लवकर घरी परत यायचे, हा बेत मी पक्का करून टाकला. कचेरीत एक ठेवणीतली थाप मारून साडेतीनच्या सुमाराला अस्मादिकांची स्वारी घराकडे वळली. काकांची झोप नुकतीच पुरी झाली असेल, चहाचे आधण ठेवण्याच्या दृष्टीने सौभाग्यवती माझी वाट बघत गॅलरीत उभी असेल, मुले शाळेत गेल्यामुळे घर कसे अगदी शांत असेल, असे मनोराज्य करीत मी आलो. पण जिन्याच्या पायऱ्या चढू लागताच आपले मनोराज्य खालसा झालेले आहे, हे माझ्या लक्षात आले! वरून कुणीतरी जोरजोराने भांडत असल्यासारखा आवाज येत होता. सौभाग्यवतीची आणि काकांची चांगलीच लढाई जुंपली असावी, असे मला वाटले. मी कपाळाला हात लावून कष्टाने वर आलो.

आत येऊन पाहतो, तो काका मोठ्या बिकट परिस्थितीत सापडले होते. सौभाग्यवती, कपिलाबाई, नृत्यराणी आरती व तिची दोनशे पौंड वजनाची आई या चौघींनी काकांना आपल्या चक्रव्यूहात कोंडून टाकले होते. चौघीही एकदम बोलत होत्या, कलकल करीत होत्या! त्यामुळे काकांनी कोणता गुन्हा केला आहे आणि या चार लहान-मोठ्या वाघिणी अशा चवताळून त्यांच्यावर का तुटून पडल्या आहेत, हे मला कळेना. माझ्याकडे दृष्टी जाताच हात जोडून आणि केविलवाणा चेहरा करून काका किंचाळले,

"श्रीपाद, संध्याकाळच्या गाडीनं जातो बाबा, मी इथनं!"

आरतीच्या मातोश्रींनी गर्जना केली,

"आधी पोलीस चौकीवर चला! मग स्टेशनावर!"

प्रकरण पोलीस चौकीपर्यंत आलेले पाहून मी चोरपावलांनी सौभाग्यवतीजवळ गेलो आणि कुजबुजलो,

"काय भानगड आहे ही?"

तिने तोंड उघडण्याच्या आधीच कपिलाबाई रागारागाने माझ्याकडे पाहत म्हणाल्या, "या म्हातारेबुवांविषयी कालच बजावलं होतं मी तुम्हाला! हो, आपलं कुत्रं चावरं असलं, तर त्याला नेहमी बांधून ठेवावं. दुसऱ्याला का मेला त्रास त्याचा?"

"पण काकांनी असं केलं तरी काय?"

"काय केलं? काय केलं? काय करायचं ठेवलंय यांनी? दुपारपासून म्हातारा पुनःपुन्हा गॅलरीत येत होता. या आरतीकडे सारखा टकमक पाहत उभा राहत होता— आपल्या पांढऱ्या केसांची तरी लाज धरावी माणसानं! या माकडचेष्टा बघून आरती चिडली. तिनं हे आपल्या आईला दाखविलं. त्या माझ्याकडं आल्या. मग आम्ही दोघींनी पाळत ठेवली. राहून राहून हाच उद्योग सुरू होता यांचा. अगदी

शिकस्त झाली, तेव्हा सावित्रीबाईंना सांगायला आलो आम्ही!''

''हो!'' पैंजणाच्या कोमल स्वरात आरतीने दुजोरा दिला.

''हो!'' शंख फुंकल्यासारखा आवाज करीत त्यांच्या मातोश्रींनी पाठिंबा दिला.

मी हतबुद्ध झालो. काही क्षण काकांकडे टकमक पाहत राहिलो. मग एकदम ओरडलो,

''काका!''

काका शांतपणे म्हणाले,

''श्रीपाद, चारी बाजूंनी कुत्री एकदम अंगावर आली, म्हणजे माणूस गोंधळतो ना? तसं झालं बघ माझं मघाशी. तो मनुष्य ओरडू तरी शकतो; पण या चौघी मला बोलूच देईनात!''

''आता बोला ना! या कपिलाबाई म्हणतात, ते खरं आहे ना?''

''दुपारी मी पुन:पुन्हा गॅलरीत जात होतो आणि या आरतीबाईंच्या खोलीकडे टक लावून पाहत होतो, हे खरं आहे!''

''काका, काका...'' मी किंचाळलो.

''जरा नीट ऐकून तर घेशील माझं! मला दुपारी झोप येईना काही केल्या! कालची ती शब्दाची चूक मनात डाचत होती. म्हणून मी पुन:पुन्हा गॅलरीत जात होतो.''

''पण गॅलरीतच का जात होता? नि या आरतीबाईंच्या खोलीकडंच टक लावून का पाहत होता? डोळे का मिचकावीत होता? ही काय सभ्य गृहस्थाची लक्षणं आहेत?''

''ते सारं डोळ्यात मोतीबिंदू झाल्याशिवाय कळायचं नाही बाबा तुला! मी गच्चीत जात होतो, तो या आरतीबाईंच्या बिऱ्हाडावरली पाटी वाचायला. त्या पाटीवरली अक्षरं काही केल्या नीट दिसेनात मला! मधेच 'आ' दिसायचा! मधेच 'रती' दिसल्यासारखा भास व्हायचा! श्रीपाद, माझे डोळे सुधारले आहेत, म्हणून तुला मी परवा सांगितलं; पण ते सारं खोटं होतं. मुंबईचे डॉक्टर ऑपरेशनच्या गोष्टी बोलू लागले. मी घाबरलो. मन थोडं स्थिर करावं, म्हणून तुझ्याकडं आलो; पण माणसाला नीट दिसेनासं झालं, म्हणजे त्याची स्थिती वेड्यासारखी होते बघ. प्रत्येक गोष्ट आपल्याला दिसते की नाही, हेच तो पाहू लागतो. कुठं काही थोडं दिसलं की, आपली दृष्टी सुधारत असावी, अशी खोटी आशा त्याला वाटू लागते. तो एकटा असला की, हा चाळा सारखा सुरू राहतो. मधेच डोळ्यांवर हात ठेवून बघायचं, मधेच एक डोळा मिटून पाहायचं, असले चाळे तो करीत सुटतो. दुपारी गच्चीत मी पुन:पुन्हा जात होतो, तो समोरची पाटी आपल्याला वाचता येते की नाही, हे पाहण्यासाठी— आरतीबाईंचा चेहरा पाहण्यासाठी नाही!''

काका निर्दोषी आहेत, हे सांगण्याकरिता मी विजयी मुद्रेने मागे वळून पाहिले; पण तिथे कुणी शिल्लक नव्हते! चौघींनीही आमच्याकडे पाठ फिरवून स्वयंपाकघराचा रस्ता सुधारला होता!

काका माझा हात घट्ट धरून म्हणाले,

"उद्या सकाळी मुंबईला जातो मी, श्रीपाद!"

"छे! छे! असे रागावून जाऊ नका!"

"अरे वेड्या, मी रागावून कुठं जातोय? तुझ्या कपिलाबाईंनी एक धडा मला चांगला शिकवला! तेव्हा मी उद्या जाणार नि हू की चू न करता ऑपरेशन करून घेणार!"

"पण ऑपरेशन झाल्यावर तुम्हाला इथं पुन्हा यायलाच हवं!"

"ते कशाला? ही समोरची पाटी वाचायला?"

"अं-हं! एक चांगलं स्थळ शोधायला!"

"स्थळ? मंजू तर अजून खूप लहान आहे!"

"स्थळ शोधायचं, ते मंजूसाठी नाही! कपिलाबाईंसाठी. आता मलासुद्धा मानसशास्त्र थोडं थोडं कळू लागलंय, काका! तुमचा मुखवटा दूर करता करता कपिलाबाईंचा मुखवटा गळून पडला, नाही का?"

■

१९५७

कैदी

ऊन हसत होते, खिदळत होते. त्या उन्हात एस.टी.ची निळी गाडी चमकत होती.

गाडीच्या पायरीवर मी पाऊल ठेवले असेल, नसेल! कुणीतरी मोठ्याने ओरडले. मी दचकलो. झटकन मागे वळून पाहिले. सतरा-अठरा वर्षांचा एक पोरगा मोठ्या आनंदाने आपले दोन्ही हात हलवीत होता आणि कुकारा घातल्यासारखा ओरडत होता. पोर्टर आगगाडीला निशाण दाखवितो ना? तसे तो आपले दोन्ही हात जोरजोराने हलवीत होता. काळासावळाच होता तो. पानझडीमुळे अधिकच विचित्र दिसणाऱ्या एखाद्या उंच झुडपासारखे त्याचे शरीर दिसत होते. त्याच्या अंगातल्या मळक्या सदऱ्यावर बेळगावच्या तांबड्या मातीने आपला हात फिरविला होता. त्यामुळे त्याचा मूळचा मळकेपणा अधिकच कळकट वाटत होता!

आता त्या पोराने मोठमोठ्याने टाळ्या वाजवायला सुरुवात केली. मधेच उजवा हात उंचावून कुणाला तरी हाक मारावी, तसा तो ओरडला. त्याची ती हाक मला काही कळली नाही. तो शब्द मराठी तर नव्हताच, पण कानडीसुद्धा नव्हता! त्याच्या आवाजातला हेलही मोठा चमत्कारिक वाटला. ज्या दिशेकडे पाहत त्याने हात वर केला होता, तिकडे मी निरखून बघू लागलो—

पंधरा-वीस माणसे लगबगीने गाडीकडे येत होती. कवायत करणाऱ्या शिपायांसारखी ती सारी छाती पुढे काढून चालत होती. मात्र या शिपायांतला शेवटचा मनुष्य अगदी टाकाऊ वाटला मला. मुंग्यांप्रमाणे चाललेल्या त्या रांगेतून तो एकटाच मागे पडला होता. खाली मान घालून सावकाश चालत होता तो! एखाद्या थकलेल्या जनावरासारखा!

तो पोरगा मघापासून या माणसालाच हाक मारीत असावा!

कारण मधेच त्या माणसाने मान वर करून हात हलविला. त्याबरोबर या मुलाची मुद्रा आनंदाने फुलून गेली. गाडीच्या दारात उभ्या असलेल्या कंडक्टरला तो जवळजवळ उड्या मारीत म्हणाला,

"रड्डी, रड्डी.''

मी गोंधळात पडलो. दड्डी हे बेळगावजवळच्या एका गावाचे नाव आहे, हे मला ऐकून ठाऊक होते. पण रड्डी हे नाव मी आजच ऐकत होतो! मी कंडक्टरला विचारले,

"कुठं चालली आहेत ही माणसं?''

तो उत्तरला,

"रेडीला.''

तो पोरगा रेडीलाच रड्डी म्हणत असावा!

"रेडी? शिरोड्याजवळची रेडी?'' मी प्रश्न केला.

"हं!''

"तिथं उद्या जत्राबित्रा आहे की काय?'' त्या पोराचा उतू जाणारा उत्साह लक्षात घेऊन मी विचारले.

पावसाळा संपत आला की, कोकणातल्या जत्रा सुरू होतात. अशा जत्रांना त्या त्या गावची माणसे खूप लांबून येतात. कितीही गरीब असली, तरी पदरमोड करून ती येतात. गावच्या देवावर त्यांची विलक्षण श्रद्धा असते.

माझा प्रश्न ऐकून कंडक्टर हसत म्हणाला,

"जत्रा आहे तिथं. पण ती गावच्या देवाची नाही.''

"मग?''

"पोटोबाच्या जत्रेला चालली आहेत ही माणसं.''

त्याच्या या बोलण्याचा रोख माझ्या लक्षात नीटसा आला नाही. देवांची नाना प्रकारची चित्रविचित्र नावे मी लहानपणी ऐकली होती; पण खंडोबापासून वेतोबापर्यंतच्या लांबलचक यादीत पोटोबा हे नाव कधीच माझ्या कानांवर पडले नव्हते.

माझ्या मनातला गोंधळ चेहऱ्यावर प्रतिबिंबित झाला असावा. तो पाहूनच की काय, कंडक्टर म्हणाला,

"रेडीला खाणींचा धंदा सुरू झालाय जोरात! तिथं जाताहेत हे लोक.''

"कसल्या खाणी?''

"लोखंडाच्या.''

सावंतवाडीला माझे घर असून, गेल्या पाच वर्षांत मी तिकडे फिरकलो नव्हतो. मग सावंतवाडीहून सतरा-अठरा मैलांवर असलेल्या रेडीला सुरू झालेल्या या खाणींची माहिती मला कुठून असणार?

रेडीला जाणारी ती माणसे गाडीजवळ आली. त्या रांगेतला शेवटचा मनुष्य मला स्पष्ट दिसू लागला. फार म्हातारा होता तो! चेहरा फिकटलेला, सुरकुतलेला. विझू लागलेल्या पणतीसारखे त्याचे डोळे वाटले मला. पुढची माणसे चालत

होती, म्हणूनच तो एकेक पाऊल टाकीत असावा. नाहीतर शेतातल्या बुजगबाहुल्यासारखा मुकाट्याने तो एका जागी उभा राहिला असता! त्याच्या मंद चालीपासून निस्तेज चेहऱ्यापर्यंत प्रत्येक गोष्ट हेच सांगत होती.

तो म्हातारा निराशेची मूर्ती होती. हा पोरगा आशेचा पुतळा होता. ती माणसे जवळ येताच तो धावत धावत म्हाताऱ्याकडे गेला आणि त्याला दोन्ही हातांनी ओढीतच गाडीकडे आणू लागला. आपण रेडीला केव्हा पोहोचू आणि तिथल्या खाणीत केव्हा काम करायला लागू, असे त्याला होऊन गेले होते! मला मोठे आश्चर्य वाटले त्याच्या या वागण्याचे.

ही गर्दी गाडीत शिरण्यापूर्वी आपण आपल्या जागेवर जाऊन बसावे, म्हणून मी आत चढलो. माझ्या पाठोपाठ तो पोरगा म्हाताऱ्यासह आत आला. ते दोघे माझ्याच बाकावर बसले.

गाडी सुटल्यावर मी त्या मुलाशी बोलण्याचा प्रयत्न केला. माझे मराठी तर त्याला बिलकूल समजत नव्हते; पण माझे मोडकेतोडके हिंदीही त्याला कळत नाही, हे दोन-तीन वाक्ये बोलताच माझ्या लक्षात आले. मी बोलायचा थांबलो. तो पुन:पुन्हा 'रड्डी, रड्डी' म्हणत होता आणि खूप उंच हात करून आपण फार लांबून आलो आहो, असे अभिनयाच्या मदतीने सांगत होता. यापलीकडे त्याच्याकडून अधिक काही कळणे अशक्य होते.

शेवटी पेंगू लागलेला म्हातारा मधे पडला. त्याला हिंदीचे, तुटपुंजेच का होईना ज्ञान होते. त्याच्या बोलण्यावरून मला साधारणपणे एवढा बोध झाला—ही माणसे मुंबई— राज्याच्या सीमेवरच्या एका खेड्यातून आली आहेत. त्यांची मातृभाषा आहे तेलुगू. त्या म्हाताऱ्याखेरीज दुसऱ्या कुणालाही हिंदी कळत नाही. त्यांच्या खेड्याजवळचा कुणीतरी मनुष्य रेडीच्या खाणीत कामाला होता. गावी परत गेल्यावर त्याने इथे मजुरांची जरुरी आहे म्हणून सांगितले. ते ऐकून ही सारी गरीब माणसे रेडीला निघाली आहेत. तिथे पोहोचायला लागणारे भाडेसुद्धा प्रत्येकाने कर्ज काढून कसेबसे मिळविले आहे. ही गाडी चुकली, तर आणखी एक दिवस बेळगावात काढावा लागेल, या भीतीने ते सर्व घाबरून गेले होते. म्हणून म्हाताऱ्याचा नातू पुढे धावत आला होता. सुदैवाने गाडी मिळाली. आता काळजी करण्याचे काही कारण नव्हते. सारी माणसे संध्याकाळी रेडीला पोहोचतील, उद्या सकाळी कामाला लागतील. म्हाताऱ्याचा नातू तर आईला पुन:पुन्हा बजावून सांगत होता. त्याने पाठविलेले पहिले पैसे हातात पडताच तिने नवेकोरे, सुंदर लुगडे घेतले पाहिजे, धाकट्या भावंडांना नवे कपडे शिवले पाहिजेत!

ही सारी हकिकत सरळ, साधी होती. या दरिद्री देशातल्या खालच्या थरातल्या कुणाही माणसाची कहाणी शोभावी, अशी! पण आपली जन्मभूमी सोडून या

सर्वांनी— विशेषत: या म्हाताऱ्याने इतके लांब का यावे, हे मला कळेना. क्षणभर मनाने मी त्या म्हाताऱ्याची जागा घेतली. लगेच माझ्या अंगावर काटा उभा राहिला. म्हातारपणी, जन्मभूमी सोडून तो शेकडो मैल दूर रखडत आला होता. जिथे आपले घर नाही, आपली माणसे नाहीत, आपली भाषा नाही, अशा ठिकाणी तो चालला होता. आपल्यावर अशी पाळी आली, तर इतक्या परक्या ठिकाणी आपण चार दिवसदेखील राहणार नाही, असे माझ्या मनात आले. जिथे आपली माणसे आहेत, आपली भाषा आहे, तिथली मीठभाकरी पुरवली! पण ही परकेपणाच्या तुपाने माखलेली पोळी— छे! उद्या या म्हाताऱ्याचे काही दुखले-खुपले, तर त्याच्याकडे कोण लक्ष देणार? माझ्या आजोबांचे म्हातारपण मी पाहिले होते. जसजसे वय होत जाते तसतसे माणसाला मरणाचे अधिक भय वाटू लागते. या भयावर कीर्तन किंवा पुराण हा चांगला उतारा असतो; पण मनाला शक्ती देणारे असे काही ऐकावे, देवाचे नाव घेऊन सर्व दुःखांतून मोकळे व्हावे, असे या म्हाताऱ्याला कितीही वाटले, तरी त्याच्या जन्मभाषेतले कीर्तन किंवा पुराण रेडीसारख्या परक्या ठिकाणी त्याला कसे ऐकायला मिळणार?

या विचाराने अस्वस्थ होऊन मी म्हाताऱ्याला म्हणालो,

"इतक्या लांब तुम्ही कशाला आलात, आजोबा?"

मंद उदास हास्य करीत तो म्हणाला,

"आम्ही आलो नाही, बाबा!"

"मग?"

"आम्हाला आणलंय!"

"कुणी!"

"वरल्या साहेबानं!"

"कुठला साहेब?"

म्हाताऱ्याने कपाळाला हात लावून त्या साहेबाची राहण्याची जागा दाखविली. मग तो म्हणाला,

"आम्ही सारे कैदी आहोत, बाबा— या पोटाचे कैदी आहोत. ते नेईल, तिकडं जावं लागतं आम्हाला!"

नातवाच्या खांद्यावर डोके ठेवून म्हाताऱ्याने डोळे झाकून घेतले. या लांबच्या प्रवासाचा शीण त्याच्या जीर्ण शरीराला फार जाणवत असावा!

कितीतरी वेळ म्हाताऱ्याच्या त्या विलक्षण वाक्याचा मी विचार करीत होतो, 'आम्ही सारे कैदी आहोत, बाबा!' एखाद्या काळोखाने भरलेल्या भयंकर भुयारात शिरावे आणि चालून चालून पाय दुखू लागले, तरी उजेडाची तिरीपसुद्धा कुठे दिसू नये, तशी त्या वाक्याच्या मागून जाताना माझी स्थिती झाली. माझे मन गुदमरून

गेले. डोके दुखू लागले. त्या बधिर मन:स्थितीतच माझा डोळा केव्हा लागला, ते मला कळले नाही.

मी चांगला जागा झालो, तो त्या पोराच्या आनंदी ओरड्याने. त्याला एवढा आनंद होण्यासारखे काय झाले आहे, ते पाहावे, म्हणून मी डोळे उघडून पाहिले. गाडी आंबोलीचा घाट उतरत होती. हिरवे लुगडे, हिरवी चोळी, हिरव्या बांगड्या असा सारा हिरवा शृंगार केलेल्या सुंदर तरुणीप्रमाणे भोवतालची वनश्री दिसत होती. गाडी झरझर वळणे घेत होती आणि प्रत्येक वळणाला डावीकडल्या डोंगरावरून खळखळत येणारा लहानमोठा पाण्याचा प्रवाह प्रवाशांचे हसतमुखाने स्वागत करीत होता. तो पोरगा हे सारे सृष्टीचे वैभव पाहून अगदी हरखून गेला होता. तो आपल्या आजोबाला जागे करून ते पाहण्याचा फिरून फिरून आग्रह करीत होता; पण म्हातारा नुसता शरीरानेच नव्हे, तर मनानेही थकला होता. तो डोळे किलकिले करून क्षणभर भोवताली पाहिल्यासारखे करी आणि 'वेडा आहे झालं पोरगा' असा अभिप्राय मानेच्या झटक्याने व्यक्त करून डोळे मिटून घेई. लहान मुले ऊस पाहिला की, आनंदाने नाचू लागतात. त्याचे एखादे कांडे मिळाले, म्हणजे ते दातांनी सपासपा सोलण्यात आणि कचकन आतला रसाळ तुकडा तोडण्यात त्यांना मोठा आनंद वाटतो. पण ऊस कितीही चांगला असला, तरी तो पाहून म्हाताऱ्या माणसाच्या तोंडाला पाणी काही सुटत नाही. तसे त्या वृद्धाचे आताचे वागणे वाटले मला.

गाडी सावंतवाडीला पोहोचली. आता रेडीला जाण्याकरिता त्या सर्वांना शिरोड्याची गाडी पकडायची होती. ती गाडी सुटायला अजून अर्धा तास आहे, असे कळले. तेव्हा तो म्हातारा मला म्हणाला,

"या गावाची काहीच माहिती नाही आम्हाला. एखादं हॉटेल दाखवलंत, तर फार फार उपकार होतील. तिथं चहा पिऊ नि गाडीत येऊन बसू."

माझे घर सालईवाड्यात होते. त्यामुळे या मंडळींना हॉटेल दाखविण्याकरिता मला काही मुद्दाम दुसऱ्या बाजूने जावे लागणार नव्हते. मी मोठ्या आनंदाने म्हाताऱ्याला म्हटले,

"चला."

हा हा म्हणता आम्ही मोती तलावापाशी आलो. उन्हात चमचमणाऱ्या त्या पाण्याकडे पाहता पाहता युवराज चंद्रापीड अच्छोद सरोवर पाहून कसा मुग्ध होतो, याचे बाणभट्टाने जे वर्णन केले होते आणि जे संस्कृतच्या शिक्षकांनी छड्या मारमारून आपल्या गळी उतरविले होते, त्याची मला आठवण झाली. पावसाळा नुकता कुठे संपत आल्यामुळे तळ्यात विपुल पाणी होते. त्या पाण्यावर चाललेला

नाजूक तरंगांचा पाठशिवणीचा खेळ मोठा मोहक दिसत होता. एखाद्या तलम, निळसर वस्त्राला क्षणात चुण्या पडाव्यात आणि लगेच त्या नाहीशा व्हाव्यात, असा भास होत होता ते दृश्य पाहून. इतक्यात आभाळात ऊन आणि ढग यांचा लपंडाव सुरू झाला. तलाव त्या खेळाचा चित्रपट घेऊ लागला.

मी एकटाच असतो, तर मोती तलावाची ही अपूर्व शोभा पाहत स्वस्थ उभा राहिलो असतो; पण माझ्याबरोबरच्या मंडळींना चहा पिऊन गाडी गाठायची होती. म्हणून मी झपझप पावले उचलू लागलो. इतक्यात मागून म्हाताऱ्याचा रागीट आवाज ऐकू आला. त्याला रागवायला काय झाले, ते मला कळेना. मी वळून पाहिले. त्याचा नातू रांग सोडून धावत तळ्याच्या काठी गेला होता— अगदी तलावाच्या कठड्यावर जाऊन उभा राहिला होता. पोहण्याकरिता उडी टाकण्याच्या पवित्र्यात उभा होता.

मी हसून म्हाताऱ्याला विचारले,

''पोराला चांगलं पोहायला येतं, वाटतं?''

''अहो, पट्टीचा पोहणारा आहे तो. नदीच्या पुरात उडी टाकून पलीकडे जातो नि जमिनीला हात लावून तसाच परत येतो. मोठा धीट आहे पोरटा! पण ही काय पोहायची वेळ आहे? गाडी चुकली, म्हणजे—''

म्हातारा तरातरा तलावाच्या कठड्याकडे गेला. नातवाचा हात धरून तो त्याला मागे ओढू लागला. या मंडळींना प्रवासात कुठेही अंघोळ करायला मिळाली नसावी. त्यामुळे तो पोरगा पोहायला इतका उत्सुक झाला होता की काय, कुणास ठाऊक? पण तो काही केल्या म्हाताऱ्याचे ऐकेना. म्हातारा रागारागाने बडबडत त्याला ओढू लागला; पण तो पोरगा जवान होता. तो काही केल्या त्याला दाद देईना. शेवटी म्हातारा चिडला आणि त्याने खाडकन नातवाच्या थोबाडीत मारली. मग म्हातारा माझ्याकडे पाहत म्हणाला,

''हा एक नंबरचा उडाणटप्पू आहे. याला कामबीम काही नकोय. हा कसला आईला लुगड्यासाठी पैसे पाठविणार आहे?''

आता हे भांडण चांगलेच जुंपणार आणि या मंडळींची गाडी चुकणार, असे मला वाटले; पण तसे काहीच झाले नाही. तो पोरगा खाली मान घालून मुकाट्याने म्हाताऱ्याबरोबर चालू लागला. मी त्यांना पलीकडचे एक हॉटेल दाखविले आणि त्यांचा निरोप घेतला.

दुसऱ्या दिवशी संध्याकाळी सारी कामे आटपून मी फिरत फिरत मोती तलावाकडे आलो. पावसाळा संपतानाची संध्याकाळ म्हणजे आभाळातली रंगपंचमीच असते. लाल, तांबड्या, गुलाबी, शेंदरी, किरमिजी, अंजिरी अशा कितीतरी रंगांची

आकाशात उधळण चालली होती. लहानमोठे रंगीत ढग मोती तलावात आपले रूप न्याहाळून पाहत होते. शाळेत ठेवलेल्या आरशात प्रत्येक मुलगा आपला चेहरा नीटनेटका आहे की नाही, हे पाहतो नि मग वर्गात जातो ना? तसे ते ढग वाटले मला. मी टक लावून त्यांच्या हालचाली पाहत राहिलो. जादूच्या खेळात लहान मुलाने गुंग होऊन जावे, तसा मी भान विसरून गेलो.

असा किती वेळ गेला, कुणाला ठाऊक! माझी तंद्री उतरली, ती कुणाच्या तरी ओझरत्या स्पर्शाने— क्षणभर नुसत्या बोटांनी केलेल्या स्पर्शाने मी वळून पाहिले. माझ्या मागे तो कालचा म्हातारा उभा होता! त्याचे सारे सोबती त्याच्याबरोबर होते. त्याचा नातू काळवंडत चाललेल्या तळ्याच्या पाण्याकडे पाहत कठड्यावर उभा होता.

मी आश्चर्याने उद्गारलो,

"हे काय? तुम्ही इथं कसे?"

म्हाताऱ्याने बोलण्याचा प्रयत्न केला; पण त्याच्या तोंडातून शब्दच उमटला नाही. त्याचे ओठ हलले, असा मात्र मला भास झाला.

मी पुन्हा प्रश्न केला.

"तुम्ही काल रेडीला गेला नाही?"

"गेलो होतो ना!"

"तिथं खाणी सुरू झाल्या आहेत ना?"

"होय!"

"मग परत का आला तुम्ही सारे?"

"त्यांना हवे तेवढे मजूर आधीच मिळाले आहेत. मग आम्हाला काम कोण देणार? म्हणून परतलो, झालं! घरी परत जायचं म्हटलं, तरी धड भाड्याचे पैसेसुद्धा नाहीत कुणापाशी."

एखादी नेहमी घडणारी मामुली गोष्ट सांगावी, तसा तो हे सारे निर्विकार स्वराने बोलत होता; पण त्याचे बोलणे ऐकून, माझ्या डोळ्यांतून झरझर जी चित्रं सरकू लागली, ती मात्र अगदी निराळी होती— रस्त्यावर टाकलेली अनाथ अर्भके, नवऱ्यांनी सोडून दिलेल्या दुर्दैवी स्त्रिया, ज्यांच्या घरादाराची राखरांगोळी झाली आहे, असे निर्वासित!

कुठे या म्हाताऱ्याची जन्मभूमी नि कुठे कोकणाच्या कोपऱ्यातली सावंतवाडी! इथे त्याला नि त्याच्या सोबत्यांना कोण ओळखणार? त्यांची अडचण कितीही खरी असली, तरी सहानुभूतीने ती कोण जाणून घेणार? हे लोक परत आपल्या घरी कसे पोहोचतील, देव जाणे! नि तिथे पोहोचून तरी पुढे हे काय करणार? तिथे पोट भरत नव्हते, म्हणून तर सांगोवांगी कळलेल्या माहितीवर विश्वास ठेवून बिचारे धावत

इतके दूर आले!

त्या म्हाताऱ्याच्या जागी मला कुणीतरी उभे केले. आपली भाषा नाही, आपले घर नाही, आपली माणसे नाहीत, अशा जागी— खिशात विष खायला पैसा नाही अशा स्थितीत...

छे! माझ्या अंगावर काटा उभा राहिला. मी खिशात हात घातला, रुपयाच्या दोन नोटा काढून त्या म्हाताऱ्याच्या हातात ठेवीत मी पुटपुटलो,

"मला अधिक द्यायची शक्ती असती, तर—''

तो हात जोडून कृतज्ञ स्वराने म्हणाला,

"हे लाख रुपये आहेत, बाबा, आम्हाला. फार फार उपकार झाले तुमचे. आज रेडीला काम मिळालं नाही, तर उद्या दुसरीकडे कुठंतरी मिळेल. आम्ही मुंबईला जाऊ. चार-आठ दिवस हाल होतील वाटेत. त्याचं मला नाही इतकं भय वाटत; पण रेडीला काम मिळत नाही; असं कळल्यापासून माझा नातू अगदी वेड्यागत वागायला लागलाय बघा.''

म्हातारा थांबला. पाणावलेल्या निस्तेज डोळ्यांनी तलावाच्या कठड्याकडे पाहू लागला.

तो पोरगा तलावातल्या पाण्याकडे पाहत एखाद्या पुतळ्यासारखा उभा होता. पाठीला आलेले पोक मोठे विचित्र दिसत होते. जणू कालचा जवान आज म्हातारा झाला होता! त्याच्या मनात कसले वादळ चालले होते, कुणाला ठाऊक! म्हाताऱ्याने त्याला मोठ्या मायेने हाक मारली; पण त्याने मान वर केली नाही किंवा मागे वळून पाहिले नाही.

म्हातारा किंचित कापऱ्या स्वराने मला म्हणाला,

"दुपारी भाकरीचा तुकडासुद्धा उष्टावला नाही पोरानं. आईला नवं लुगडं घ्यायला सांगून आला होता तो. रेडीला काम मिळेल, हा हा म्हणता हातात पैसे येतील, या आशेनं आला होता तो. पण फार फार जिवाला लागलंय हे त्याच्या! बच्चा आहे अजून! नुसत्या जगण्यासाठी माणसाला काय काय टक्केटोणपे—''

बोलता बोलता म्हातारा तीरासारखा कठड्याकडे धावला. जणू त्याचे तारुण्य त्याला परत मिळाले होते!

तो पोरगा अधिक वाकून तळ्यात पाहू लागला होता. त्याच्या मनात जीव द्यायचा विचार घोळत होता की काय, देव जाणे! इकडे तोल जाऊन पडला, असे लोकांना वाटावे; पण—

म्हाताऱ्याने धावत जाऊन पोराला घट्ट पोटाशी धरले. त्याच्या तोंडावरून पुन:पुन्हा हात फिरवीत तो त्याची समजूत घालू लागला.

अशी एक-दोन मिनिटे गेली. एखाद्या अप्रिय मनुष्याला टाळावे, तशी त्या

म्हाताऱ्याने तलावाकडे पाठ फिरविली. नातवाचा हात धरून तो तरातरा चालू लागला. त्या दोघांमागून बाकीचे लोक हळूहळू रांग धरून जाऊ लागले.

चालता चालता म्हाताऱ्याला माझी आठवण झाली असावी. तो एकदम थांबला. आपल्या उजव्या हाताने नातवाचा हात घट्ट धरला होता त्याने, तो तसाच ठेवून, त्याने आपला डावा हात वर केला आणि मला उद्देशून तो पुन:पुन्हा हलविला. स्टेशनातून गाडी सुटायची वेळ झाली, म्हणजे गार्ड निशाण हलवितो ना? म्हाताऱ्याचे ते हात हलविणे पाहून त्याची आठवण झाली मला.

म्हातारा माझ्याकडे बघत होता; पण त्याच्या नातवाने क्षणभरसुद्धा आपली मान वर केली नाही. काल बेळगावला तो किती आनंदाने गाडीकडे धावत आला होता आणि आज? — काल उमललेले फूल आज कोमेजून गेले होते!

मला म्हाताऱ्याचे कालचे वाक्य आठवले :

'आम्ही सारे कैदी आहोत, बाबा!'

ती माणसे हळूहळू दूर जात होती. माझ्या डोळ्यांपुढून सरकणारी ती कैद्यांची रांग— छे! कैद्यांनासुद्धा संध्याकाळच्या भाकरीची खात्री असते, निवाऱ्याची निश्चिती असते.

मला त्या रांगेकडे बघवेना. मी तलावाकडे दृष्टी वळविली. त्याचे पाणी आता अगदी काळवंडून गेले होते!

■

१९५८

मुरली

समोर फेसाळलेली यमुना गात गात चालली होती. दह्याचा माठ घेऊन लगबगीने मथुरेच्या बाजाराला जाणाऱ्या गोपीसारखी! पण आज यमुनेच्या त्या चिरपरिचित संगीतात कृष्णाचे मन रमेना!

वर विशाल वटवृक्ष आपले छत्र पसरून छाया देत होता. यशोदेच्या मायेसारखी छाया होती ती! वत्सल आणि विपुल! पण आज कृष्णाला त्या छायेची चिरपरिचित शीतलता जाणवेना!

त्याने वटवृक्षाखालून पडल्या पडल्या पाहिले. गोवर्धनाच्या पायथ्याजवळच्या कुरणात गाई स्वच्छंदाने चरत होत्या. पक्ष्यांच्या छायांबरोबर त्याचे सवंगडी पळत होते. रानातल्या पक्ष्यांचा आवाज कानांवर पडताच हुबेहूब तसला आवाज काढून त्यांना उत्तर देत होते! पण आज त्या चिरपरिचित क्रीडांत कृष्णाचे लक्ष काही केल्या लागेना!

त्याने सहज पलीकडे पडलेले एक मोरपीस उचलले. ते मोरपीस पूर्वी केव्हातरी आपल्याच कानावरून इथे गळून पडले असावे, असे त्याला वाटले. तो त्या पिसाकडे निरखून पाहू लागला. त्या मोरपिसावरल्या एका डोळ्यावर त्याची दृष्टी खिळून राहिली. डोळ्यासारखा डोळा! पण ज्याला काही दिसत नाही, काही पाहता येत नाही, असा डोळा!

आपले जीवनही असेच होत आहे, असे त्याच्या मनात आले. परवा पेंद्या मथुरेला गेला. कुरूपपणातले सौंदर्य पाहण्याची आपली शक्तीच जणू त्याच्याबरोबर गेली! 'कृष्णा, संबाळ, रे, संबाळ अपुल्या गाई' असे म्हणणारा त्याच्यासारखा भोळाभाबडा; पण जिवाला जीव देणारा मित्र आपल्याला पुन्हा मिळेल का? छे! कोमेजलेल्या फुलाची पुन्हा कधी कळी झाली आहे? गळून पडलेल्या मोरपिसाला पुन्हा कधी नाचणाऱ्या मोराच्या पिसाऱ्यात आसरा मिळाला आहे? वाहून गेलेले यमुनेचे पाणी पुन्हा कधी परत आले आहे? पेंद्या परत येणार नाही— आपल्याला असा जिवाभावाचा मित्र पुन्हा मिळणार नाही!

परवा पेंद्या गेला— आणि काल? काल राधा गेली! तिला जाणे भागच होते. हा व्रज सोडून दुसरीकडे जायचे अनयाने ठरवले. बायको ही बोलूनचालून नवऱ्याची सावली. तो जाईल, तिकडे गेलेच पाहिजे. पण आपल्याला सोडून जाताना राधेला किती विलक्षण दुःख झाले! तिची मुद्रा भरून आलेल्या आभाळासारखी काळवंडली होती. तिच्या डोळ्यांतून पावसाच्या धारा गळत होत्या. शेवटी किती कष्टाने तिने आपली आसवे आवरली! कदंबवृक्षाखाली मला पोटाशी धरीत आणि माझ्या पाठीवरून हात फिरवीत ती म्हणाली,

"कृष्णा, सांभाळून राहा हं. नि एक गोष्ट विसरू नकोस. खरं सुख या वृंदावनात आहे. ते सोडून कुठं कुठं जाऊ नकोस!"

रडता रडता ती हसली. एकदम पाऊस उघडावा आणि इंद्रधनुष्य चमकू लागावे, तसे भासले तिचे हे हसणे.

पेंद्याप्रमाणे राधाही पुन्हा परत येणार नाही. राधा केवळ आपली वडील बहीणच नव्हती! ती आपली धाकटी बहीणही होती. वडील बहिणीप्रमाणे तिने आपली काळजी केली, आपल्याला नेहमी पाठीशी घातले आणि धाकट्या बहिणीप्रमाणे तिने आपल्यापाशी नेहमी एक हट्ट धरला—

"हं, वाजीव ती तुझी मुरली! तुझी मुरली ऐकली, की माझं मन कसं शांत शांत होतं! कृष्णा, तुझ्या मुरलीत अमृत भरले आहे. हं. वाजव ती! तू मुरली वाजविली नाहीस, तर मी घरी जाणार नाही! वाट बघीन बघीन आणि यमुनेत उडी टाकीन!"

आता राधा वृंदावनात परत येणार नाही, या जाणिवेने व्याकूळ झालेल्या कृष्णाने जवळ पडलेली आपली मुरली घेतली. तो ती वाजवू लागला; पण तिच्यातून पूर्वीसारखे मधुर सूर निघेनात! त्याने ती उलटसुलट केली, नीट निरखून पाहिली. मुरलीत काही दोष नव्हता; पण राधेच्या सहवासात तिच्यातून जे जिवाला वेड लावणारे सूर बाहेर पडत होते, ते आता काही केल्या निघेनात! ते कुठे लपून बसले आहेत, हे त्याला कळेना!

ते सूर काय राधेच्या मागून गेले? कुठे गेले ते? फुलाला सोडून जाणारा सुगंध जिथे जातो, तिथे?

पेंद्या गेला, राधा गेली, मुरलीचे ते अमृतमधुर सूर गेले! किती लवकर, किती अचानक. आपल्या जीवनातले सौंदर्य गेले— काव्य संपले— सोनेरी स्वप्न लोपले.

कितीतरी वेळ कृष्ण उदासपणे विचार करीत बसला होता. हे असे कसे झाले? का झाले?

संध्याकाळ झाली. यमुनेच्या पाण्यावर काळ्या सावल्या पसरू लागल्या. गुरेवासरे घरी परतू लागली.

वटवृक्षाखालून कृष्ण उठला. इतक्यात त्याच्याच दिशेने येत असलेली दोन माणसे त्याला दिसली— एक तरुण, सुंदर स्त्री! आशेने आकाशाला स्पर्श केला. ती राधा असेल काय? वृंदावनात आपले काहीतरी राहिले आहे, हरवले आहे, असे वाटून ते शोधायला ती परत आली असेल काय? आणि त्या स्त्रीबरोबर दिसणारा तो म्हातारा— तो कोण बरे असावा? तिने सोबतीला घेतलेला कुणीतरी माणूस? ज्याला जगण्याखेरीज दुसरा काही उद्योग नाही, असा—

ती दोन्ही माणसे जवळ आली. छे! ती तरुण स्त्री राधा नव्हती! अधूनमधून एखादी अप्सरा पृथ्वीवर क्रीडा करायला येते, म्हणतात! तशी भासत होती ती!

तिच्या अंगावरल्या हिरव्यागार वस्त्रावर नाना रंगांची फुलपाखरे नाचत होती. तिच्या ओठांवरले स्मित स्वत:भोवती पिंगा घालीत पळापळाला फुलत होते. ती त्या वृद्धाशी काहीतरी बोलत होती. पण ते तोंडाने! तिच्या डोळ्यांच्या गुजगोष्टी चालल्या होत्या, त्या आकाशात हळूहळू उगवू लागलेल्या चांदण्यांशी!

ती जितकी लावण्यवती होती, तितकाच तो म्हातारा कुरूप होता! मुद्रेवरून त्याला वाटचालीचा फार शीण झाला असावा, तो युगानुयुगे चालतच राहिला असावा, असा भास होत होता! त्याच्या अंगावरले वस्त्रही मोठे विचित्र होते. वाघाच्या कातड्यापासून मृदुल दुकूलापर्यंत किती प्रकारचे तुकडे एकत्र शिवून, लज्जारक्षणाकरिता त्याने ते वस्त्र तयार केले होते, कुणाला ठाऊक! त्याचे डोळे अधूनमधून पाणावत होते, ते करुणेने की वृद्धत्वाने, ते देव जाणे! आपल्या तरुण मैत्रिणीशी बोलता बोलता तो मधेच खाली वाकत होता, एखादा लहानसा दगड उचलीत होता आणि तो आपल्या डाव्या खांद्याला लावलेल्या झोळीत टाकीत होता.

ती दोघेही हळूहळू कृष्णाजवळ आली.

कुतूहलाने वृद्धाकडे पाहत कृष्णा म्हणाला,

"आजोबा, तुम्ही फार थकलेले दिसता. आमच्या घरी चला. रात्री वस्तीला राहा. विश्रांती घ्या, नि मग उद्या सकाळी—"

म्हातारा नकारार्थी मान हलवीत म्हणाला,

"अरे पोरा, माझ्या पायांतल्या शक्तीची तुला कल्पना नाही!"

"आपलं नाव काय, आजोबा?"

"माझं नाव? ते मला कुठं ठाऊक आहे? मला हाक मारण्याचा प्रसंगच कधी कुणावर येत नाही! मी चिरप्रवासी आहे. अष्टौप्रहर मी चालत असतो."

"आणि ही तुमच्याबरोबरची मुलगी? हिचं नाव?"

वृद्ध खो खो हसत म्हणाला,

"ही माझी मुलगी नाही, वेड्या! ती बायको आहे माझी!"

ती तरुणी आता पुढे झाली. ती कृष्णाला म्हणाली,

"तुझं नाव काय?"

"कृष्ण."

"कृष्ण? फार मोठ्या माणसाचं नाव आहे हे! काय करतोस तू इथं?"

"हा आमचा व्रज आहे. या गौळवाड्यातलं सारं काम आम्ही करतो. गाईवासरं हे आमचं धन. त्यांचं रक्षण हे आमचं जीवन!"

"तू अगदीच खेडवळ दिसतोस, बाबा! अरे वेड्या, तुझ्यासारखे तरुण काय केवळ गुराखी व्हायला जन्माला येतात? तुझ्यासारख्या पुरुषाचा जन्म पराक्रमाकरिता असतो. तुझ्याच नावाचा एक दुसरा महापुरुष आहे— त्याला श्रीकृष्ण म्हणतात!"

"कुठं आहे तो?"

"पश्चिम समुद्राजवळ द्वारकेत. त्याची सारी नगरी सोन्याची आहे आणि तू इथं शेणानं सारवलेल्या नि मातीनं लिंपलेल्या झोपडीत दिवस कंठीत राहिला आहेस."

वृद्ध मधेच म्हणाला,

"पोरा, निळ्या आकाशात सोनेरी चंद्रकोर कधी पाहिली आहेस का? तळ्याच्या निळसर पाण्यात सोन्याचं कमळ कधी पाहिलं आहेस का? तशी ती समुद्रातली नगरी आहे. ज्यानं सोन्याची द्वारका पाहिली नाही, त्याचा जन्म फुकट आहे, मातीमोल आहे!"

ती तरुणी म्हणाली,

"वेड्या, या खेड्यात कशाला कुजत पडलाहेस? अरे, त्या श्रीकृष्णाशी तुझं काही दूरचं नातं लागत असेलच की! लागत नसलं, तर नवं निर्माण कर. चल, जा. अस्साच्या अस्सा द्वारकेला जा—"

वृद्ध मधेच उद्गारला,

"आम्ही द्वारकेत होतोच ना? अबबब! काय ते कृष्णाचं ऐश्वर्य! ते वैभव पाहून आम्ही अगदी थक्क झालो. त्याचा एक दरिद्री बालमित्र त्याला भेटायला आला होता. सुदामा त्याचं नाव! त्या गरीब ब्राह्मणाला कृष्णानं काय काय द्यावं? धनधान्य, हत्तीघोडे, दासदासी, हिरेमाणके— तो ब्राह्मण घरी परत गेला, तेव्हा त्याच्या बायकोलासुद्धा त्याची ओळख पटेना!"

बोलता बोलता म्हातारा पोट धरधरून हसू लागला. तेव्हा ती तरुणी त्याचा हात धरून म्हणाली,

"तिला नसेल पटली आपल्या नवऱ्याची ओळख! पण मी तुम्हाला पुरी ओळखून आहे हं! मी अष्टौप्रहर चालत असतो, म्हणून लोकांना सांगायचं आणि वाटेत कुणी भेटला रे भेटला की, त्याच्याशी बोलत उभं राहायचं! तो द्वारकेतला श्रीकृष्ण चांगला सोन्याचा रथ देत होता तुम्हाला! पण—"

त्या वृद्धाचा हात धरून ती तावातावाने चालू लागली. दोघेही हा हा म्हणता

काळोखात दिसेनाशी झाली.

कृष्ण विचार करीत घरी आला. यशोदेने त्याच्या आवडीचा दहीभात कालवून ठेवला होता. पण त्याला तो खाववेना. हातात मोरवेलीची काठी घेऊन तो अंगणात अस्वस्थपणे फेऱ्या घालू लागला. वर चांदण्या लखलखत होत्या. मघाची ती तरुणीच जणू लाख डोळ्यांनी त्याच्याशी बोलत होती. भोवताली काळोख पसरला होता. मघाचा तो म्हातारा जसा काही काळोखाच्या अनंत हातांनी त्याला कुरवाळीत होता!

नकळत कृष्णाने हातातल्या मोरवेलीच्या काठीचे तुकडे केले— ते अंगणात फेकून दिले.

तो अंथरुणावर येऊन पडला. पण आज त्याची कांबळी त्याला ऊब देईना. त्याचा डोळ्याला डोळा लागेना. मोहोळातल्या मधमाश्या एखाद्यावर तुटून पडाव्यात, तशा साऱ्या जुन्या गोड गोड आठवणी त्याच्या मनाला दंश करू लागल्या!

उशाशी ठेवलेली मुरली घेऊन तो बाहेर आला. यमुनेच्या तीरावर कदंबवृक्षाखाली गेला. त्याने मुरली वाजविण्याचा प्रयत्न केला; पण आता तिच्यातून एकही सूर निघेना. ती अशी एकदम मुकी का झाली, हे त्याला कळेना!

अशा स्थितीत वृंदावनात राहण्यात कसले सुख होते? त्यापेक्षा संध्याकाळी भेटलेल्या त्या विलक्षण जोडप्याने वर्णन केलेल्या द्वारकेत गेलेले काय वाईट? इथे आपले जे हरवले आहे, ते तिथे आपल्याला मिळेल!

मनाशी निश्चय करून कृष्ण कालिया डोहाकडे गेला. कितीतरी वेळ तो त्या डोहाच्या काठावर एखाद्या दगडी मूर्तीसारखा उभा होता! शेवटी त्याने वृंदावनातल्या भूमीची चिमूटभर माती घेतली आणि ती कपाळाला लावली. मग हातातली मुरली समोरच्या डोहात फेकून देऊन त्याने यमुनेकडे, गोवर्धनाकडे, वृंदावनाकडे— साऱ्या गतजीवनाकडे पाठ फिरवली आणि तो झपाझप चालू लागला.

२

वृंदावन मागे पडले— दूर राहिले! दररोज अधिक अधिक दूर होऊ लागले; पण पहिले काही दिवस कृष्णाचे मन तिथल्या आठवणींनी अतिशय अस्वस्थ होते. दिवस कसाबसा वाटचालीत जाई; पण रात्री विसाव्याकरिता कुठल्या तरी देवळात, नाहीतर धर्मशाळेत अंग टेकले की, त्याचे मन भर्रकन उडून वृंदावन गाठी. वाटचालीने शरीर शिणले असूनही त्याला चटकन झोप लागत नसे. मोठ्या कष्टाने ती लागली, तरी उभ्या पिकावर टोळधाड यावी, त्याप्रमाणे स्वप्नांचे थवेच्या थवे येऊन तिच्यावर बसत!

ही सारी स्वप्ने वृंदावनाविषयीचीच असत.

एका स्वप्नात राधा प्रचंड डेऱ्यात सारी यमुना ओतून तिचे मंथन करीत आहे, असे दिसे. हे विचित्र ताक ज्या रवीने ती करी, ती मधेच मुरलीसारखी दिसू लागे. त्या रवीला बांधलेली दोरी— छे! भिऊन अंग चोरून बसलेला कालियाच होता तो! ताक झाल्यावर राधेने हळूच हातावर झेलीत, सारखा करीत डेऱ्यातून लोण्याचा गोळा बाहेर काढला. तो गोळा एकदम हसू लागला. छे! तो गोळा नव्हताच मुळी! तो तर होता पेंद्या!

दुसऱ्या स्वप्नात राधा आपल्याला घुसळखांब्याला बांधून ठेवीत आहे, असा त्याला भास होई. ती म्हणे,

'तू मुलखाचा अवखळ आहेस. तुला मोकळं सोडलं, तर माझ्या हातावर तुरी देऊन तू कुठंतरी दूर दूर पळून जाशील! मग मी तुला कुठं शोधायला येऊ? भूक लागली, तरी मी तुला अस्सा बांधून ठेवणार नि माझ्या हातानं भरवणार!'

प्रत्येक रात्री अशी नाना प्रकारची स्वप्ने त्याची झोप मोडून टाकीत. मग ऐन मध्यरात्री तो बेचैन होऊन उठून बसे. त्याला वाटे, अस्से उठावे आणि तोंड फिरवून वृंदावनाच्या वाटेला लागावे!

पण पहाट झाली की, त्याचे मन थाऱ्यावर येई. अरुणोदयानंतरचा पूर्वेकडला सोन्याचा पूर पाहिला की, त्याला पश्चिमेकडल्या द्वारकेची आठवण होई. मग मन घट्ट करून त्या द्वारकेचे चिंतन करीत तो पुढे चालू लागे.

३

निम्मी वाट मागे पडली. जुन्या स्वप्नांचे काटे हळूहळू कमी बोचू लागले. नव्या स्वप्नांच्या कळ्या उमलू लागल्या. आपण द्वारकेला केव्हा पोहोचू, तिथला श्रीकृष्ण आपल्याला लगेच भेटेल का, तो कसा दिसत असेल, इत्यादी प्रश्नांची गोड गोड उत्तरे त्याला स्वप्नात मिळू लागली.

एके दिवशी संध्याकाळी प्रसन्न मनःस्थितीत तो एका खेड्यातल्या देवळापाशी आला. देवळाबाहेरच पिंपळाचा मोठा पार होता. विसावा घेण्याकरिता तो तिथे बसला. त्याच्या पाठोपाठ उलट वाटेने आलेला दुसरा प्रवासी आला. तो त्याच्यापेक्षा वयाने बराच मोठा होता; पण त्याच्या मुद्रेवर वयापेक्षाही निराशेच्या आणि विफलतेच्या खुणा अधिक दिसत होत्या.

तो प्रवासी त्याच पारावर येऊन बसला. तो आपल्या ओळखीचा आहे, असा कृष्णाला क्षणभर भास झाला; पण आपण त्याला कुठे पाहिले आहे, हे मात्र त्याला आठवेना! शेवटी एकदम त्याला आठवण झाली— यमुनेच्या पाण्यात आपण आणि आपले सवंगडी एकमेकांची प्रतिबिंबे पाहत आणि त्यांना वाकुल्या दाखवीत

खेळत होतो. त्यावेळी एकदा हा मनुष्य आपल्याला दिसला होता— आपल्या प्रतिबिंबातून त्याची आकृती वर आली होती!

छे! असे कसे होईल? ज्या मनुष्याला आपण आयुष्यात आज प्रथम पाहत आहो, त्याचे प्रतिबिंब यापूर्वीच यमुनेच्या पाण्यात आपल्याला दिसले असेल, हे कसे शक्य आहे? छे! आपल्या वेड्या मनाला होणारा हा एक खुळा भास आहे!

तो विचार करीत असतानाच त्या प्रौढ प्रवाशाने प्रश्न केला,

''मित्रा, कुठं निघालाहेस तू?''

''द्वारकेला.''

''द्वारकेला? छे! दुसऱ्या कुठल्या तरी नगरीला जात असशील तू! चुकून द्वारकेचं नाव जिभेवर आलं असेल तुझ्या!''

''छे! छे! मी द्वारकेलाच जातोय. श्रीकृष्णाच्या द्वारकेला. त्याचं नि माझं नाव एकच आहे. मी कृष्ण, तो श्रीकृष्ण. श्रीकृष्णाच्या सोन्याच्या द्वारकेला जातोय मी!''

''मग माझं ऐक.''

''काय?''

''पुढं जाऊ नकोस.''

''का?''

''माणसानं उगीच पायपीट करण्यात काय अर्थ आहे?''

''काय, म्हणताय काय तुम्ही?''

''तू द्वारकेला कधीच पोहोचणार नाहीस!''

''इतकी द्वारका लांब आहे?''

''हो!''

''खोटं बोलताय तुम्ही!''

''असा चिडू नकोस, रागावू नकोस. द्वारका इथून जवळ होती!''

''होती काय? आहे— आहे— आहे!''

''अं हं. आता ती जवळ नाही— दूर नाही—''

''म्हणजे? काय बडबडताय तुम्ही? वेडबीड तर लागलं नाही ना तुम्हाला?''

''कधीकधी वेडा हाच जगातला सर्वांत शहाणा मनुष्य ठरतो! मित्रा, द्वारका नावाची नगरीच आता अस्तित्वात नाही!''

''काय झालं द्वारकेला?''

''ती समुद्रात बुडाली!''

''शक्य नाही. मी द्वारकेला जाऊ नये, म्हणून तुम्ही खोटं सांगताय हे मला. त्या सुंदर तरुणीनं आणि त्या प्रेमळ वृद्धानं सांगितलं सारं सारं.''

''त्या तरुणीचं नाव काय? त्या वृद्धाचं नाव काय?''

कृष्णाला कुठे त्यांची नावे ठाऊक होती? तो गप्प बसला.

प्रौढ प्रवासी खिन्न स्वराने त्याला म्हणाला,

"तुला मी खोटं कशाला सांगू? आपलं मूल जिवंत असताना, ते मेलं असं खोटंच सांगणारी आई कधी कुणी पाहिली आहे का?"

"छे! अशी आई त्रिभुवनात नसेल!"

"म्हणूनच मी सांगतो त्याच्यावर विश्वास ठेव. द्वारकेला जाण्याची निष्फळ धडपड आता करू नकोस!"

"तुमच्यावर आंधळेपणानं विश्वास ठेवावा, असे तुम्ही कोण आहात?"

"मी? द्वारका बुडाल्याचं दु:ख ज्याला सर्वांत अधिक झालं आहे, तो! ज्यानं द्वारका निर्माण केली, तो! मी— मी— माझं नाव श्रीकृष्ण!"

कृष्ण चपापला. गोंधळला. मग टक लावून श्रीकृष्णाकडे पाहू लागला. हळूहळू त्याच्या डोळ्यांतून घळघळा अश्रू गळू लागले.

श्रीकृष्णाने कृष्णाच्या खांद्यावर हात ठेवला. पाठीवरून हात फिरवला. मग तो सावकाश बोलू लागला,

"तू लहान आहेस अजून! कुठलंही स्वप्न भंग पावलं की, त्याचं अतिशय दु:ख होण्याचं वयच आहे तुझं!"

"द्वारका बुडाली, म्हणून तुम्हाला नाही दु:ख होत?"

"होतंय. पण ते तुझ्यासारखं नाही. ती का बुडाली, हे मला कळतंय. ती बुडाली पापाच्या भारानं! वैभवाच्या उन्मादानं!"

"तुम्ही काय बोलताय ते कळत नाही मला!"

"काय सांगू तुला? माझे यादव सुखी व्हावेत, म्हणून मी सोन्याची द्वारका निर्माण केली. ऐश्वर्याच्या शिखरावर त्या सर्वांना मी नेऊन बसवलं. पण पिकलेलं फळ जसं हळूहळू कुजू लागतं, तसं ध्येयशून्य वैभवही हळूहळू पापांना जन्म देऊ लागतं. द्वारकेतले यादव मौज म्हणून मद्य पिता पिता मद्यपी बनले. दारूच्या धुंदीत त्यांनी एका महर्षीची कुचेष्टा केली आणि शेवटी त्या ऋषीच्या शापानं—"

श्रीकृष्णाचा कंठ रुद्ध झाला. बोलता बोलता तो थांबला.

काहीतरी बोलले पाहिजे, म्हणून कृष्णाने विचारले,

"आता कुठं चाललाय तुम्ही?"

"जिथं हे दु:ख विसरता येईल, तिथं! माझं जे हरवलं आहे, ते मला परत मिळेल, अशा जागी!"

"मीसुद्धा त्यासाठीच द्वारकेला चाललो होतो. आता मी तुमच्याबरोबर येईन. कुठं जायचं आपण? हिमालयात?"

"अं हं!"

“मग? एखाद्या तीर्थक्षेत्राकडे?”

“त्याची काही जरुरी नाही. कुठल्याही तीर्थक्षेत्रापेक्षा अधिक पवित्र असं एक क्षेत्र मी शोधून काढलं आहे.”

“ते कोणतं?”

“कुरुक्षेत्र!”

“तिथं काय आहे?”

“तिथं तुझं माझं जे जे काही हरवलं आहे, ते ते शोधून देणारा एक महापुरुष आपल्याला भेटेल!”

“त्याचं नाव?”

“माझं नि त्याचं नाव एकच आहे; पण तो मोठा तत्त्वज्ञानी आहे. म्हणून लोक त्याला भगवान श्रीकृष्ण म्हणतात.”

“ज्याचं जे हरवलं आहे, ते भगवान त्याला शोधून देतात?”

“हो! असं ऐकलंय खरं मी! कौरव आणि पांडव यांच्या युद्धात त्यांनी तेच केलं! पांडवांचा मुख्य वीर अर्जुन! ऐनवेळी समोर काकेमामे उभे राहिलेले पाहून त्याचा धीर हरपला. ‘मी लढत नाही,’ असं तो म्हणू लागला; पण भगवान श्रीकृष्णांनी त्याला गीता सांगितली. मग अर्जुनाचा धीर परत आला. तो प्राण पणाला लावून लढला. अशी आहे ती गीता! त्या गीतेत भगवान श्रीकृष्णांनी सुख आणि दुःखही माणसानं कशी सारखी मानावी, हे सांगितलं आहे म्हणे!”

कृष्ण उतावळेपणाने उद्गारला,

“चला श्रीकृष्णजी, चला. आपण याच पावली कुरुक्षेत्राचा रस्ता धरू या.”

४

भूक, तहान, झोप, विसावा, दिवस, रात्र— सारे सारे विसरून ते दोघे कुरुक्षेत्राच्या दिशेने चालत होते. त्यांचे पाय धुळीने काळवंडत होते; पण मने पळापळाला सोनेरी प्रकाशाने उजळत होती.

कुरुक्षेत्राजवळच एका पर्णकुटिकेत भगवान श्रीकृष्ण तप करीत राहत आहेत, असे त्यांना कळले. एका बाजूला असलेली ती पर्णकुटी शोधून काढीपर्यंत दहा-बारा घटका रात्र होऊन गेली!

उदास काळोख जिकडेतिकडे पसरला होता. त्या काळोखात पर्णकुटीच्या दारातच एक वयस्क पुरुष उभा असलेला त्यांना दिसला. ते अगदी जवळ गेले. या पुरुषाची मुद्रा आपण कुठेतरी पाहिली आहे, असे श्रीकृष्णाला वाटले; पण कुठे, ते त्याला नीट आठवेना. अंधारात वीज चमकावी, तशी मग एकदम त्याला आठवण झाली.

एकदा सत्यभामेने समुद्रक्रीडेचा हट्ट धरला होता. एका चांदण्या रात्री तिला घेऊन आपण नौकाविहाराला गेलो होतो. गालाला गाल लावून आपली प्रतिबिंबे पाण्यात पाहत होतो. ती अगदी अंधूक दिसत होती. मधेच सत्यभामा एकदम दचकली. त्या प्रतिबिंबाकडे बोट दाखवू लागली. आपण निरखून पाहिले. आपल्या प्रतिबिंबातून एक वयस्क आकृती बाहेर येत होती. ती आकृती याच पुरुषाची होती!

त्या पुरुषाला अभिवादन करून श्रीकृष्णाने लीनतेने विचारले,

''भगवान श्रीकृष्ण आपणच ना?''

''लोक मला भगवान म्हणतात; पण माझ्यासारखा अभागी—''

श्रीकृष्ण चपापला. गीता सांगणाऱ्या तत्त्वज्ञाकडून असले काही उत्तर आपल्याला मिळेल, अशी त्याला कल्पना नव्हती! क्षणभर थांबून तो म्हणाला,

''आपली कीर्ती ऐकून फार दुरून आलो आहो आम्ही!''

''कसली कीर्ती?''

''मनाला शांती देण्याची.''

''वाळूचे कण रगडून कुणाला अमृत मिळालं आहे?''

भगवान असे का बोलत आहेत, हे श्रीकृष्णाला कळेना. इतक्यात तेच म्हणाले,

''चला माझ्याबरोबर!''

''कुठं?''

''जिथं कौरव-पांडवांचं युद्ध झालं, त्या कुरुक्षेत्रावर!''

''अशा अपरात्री?''

''हो! रोज रात्री मी तिथं जातो. ज्या जागी अर्जुनाला गीता सांगितली, त्या जागी मध्यरात्रीपर्यंत बसतो— विचार करतो! मी अर्जुनाला युद्धाला प्रवृत्त केलं, हे खरं आहे; पण या युद्धानं कुणाचं कल्याण झालं? अठरा अक्षौहिणींचा इथं सत्यनाश झाला; पण त्यामुळे कोण सुखी झालं? पांडवांना राज्य मिळालं; पण त्या राज्यापायी बाकी सर्व त्यांनी गमावलं! अर्जुनाला स्थितप्रज्ञतेनं युद्धाचा उपदेश करणारा मी! पण रोज रात्री त्या युद्धभूमीवर जाऊन मी एकच विचार करीत बसतो— अर्जुन लढला नसता तर? तर अधिक बरे झाले असते का? तो लढला नसता, तर कदाचित कौरव विजयी झाले असते! पण आज प्रत्येकाच्या जीवनाला आलेली ही स्मशानाची अवकळा तरी टळली असती! माझा उपदेश बरोबर होता की चूक होता, हे माझं मलाच कळेनासं झालं आहे. मी वैतागून गेलो आहे. मन:शांतीसाठी कुठंतरी जावं, असं मी सारखं म्हणत आहे!''

''कुठं जाणार आपण?'' श्रीकृष्णाने उत्सुकतेने विचारले.

''वृंदावनाला. तिथं एक गोपाळकृष्ण आहे म्हणे! निसर्ग, प्राणी आणि माणसं

या सर्वांचा तो जिवलग मित्र आहे. त्याच्यापाशी एक मुरली आहे. त्या मुरलीचे सूर ऐकले की, जगातल्या सर्व दु:खांचा विसर पडतो. असं मागं मी ऐकलं होतं! पण मला माझ्या तत्त्वज्ञानाच्या शक्तीचा अभिमान होता. तो अभिमान हे युद्धाचे परिणाम पाहून गळाला! आता—"

कृष्ण हळूच म्हणाला,

"महाराज, मीच तो गोपाळकृष्ण! पण—"

भगवान श्रीकृष्णाने त्याला पुढे बोलूच दिले नाही. तो त्याला म्हणाला,

"मित्रा, चल, चल. याच पावली तुझ्या वृंदावनाला चल!"

५

तिघेही वृंदावनात आले. कालिया डोहाच्या काठी गेले. फेकून दिलेली मुरली बाहेर काढण्याकरिता कृष्ण डोहात उडी टाकू लागला. इतक्यात पेंद्याची हाक त्याच्या कानांवर आली. त्याने वळून पाहिले. तो पेंद्याच होता. कृष्णावाचून करमेना, म्हणून तो परत वृंदावनात आला होता; पण तिथे कृष्णच नव्हता! त्याच्यासारखीच राधाही कृष्णाला भेटायला आली होती. कृष्ण नाही, म्हणून ती फार फार दु:खी झाली होती.

कृष्णाने विचारले,

"कुठं आहे ती?"

"तुला शोधायला गेलीय. तू इथं नाहीस, म्हणून तुझी मुरली ती शोधू लागली. ती कुठं मिळेना! मग ती कालियाच्या डोहावर येऊन एकटीच रडत बसू लागली. एके दिवशी या डोहातून तिला तुझ्या मुरलीचे सूर ऐकू येऊ लागले. तू वृंदावन सोडून जायचा नाहीस, अशी तिची खात्री होतीच! तू डोहात लपला आहेस, असं तिच्या मनानं घेतलं! तुझ्या भेटीसाठी तिनं डोहात उडी टाकली. लोकांनी तिला काढली, तेव्हा ती बेशुद्ध होती; पण तुझी मुरली मात्र तिनं हातात घट्ट धरली होती."

"कुठं आहे ती मुरली?" भगवान श्रीकृष्णांनी मधेच प्रश्न केला.

"कृष्णाला शोधून काढून त्याला ती द्यायला राधा गेली आहे. जाताना ती म्हणाली, "सारं जग पालथं घालीन; पण कृष्णाला हुडकून काढीन, त्याच्या हातात ही मुरली देईन नि तिचे गोड सूर ऐकताना प्राण सोडीन."'

हे ऐकून कृष्णाच्या डोळ्यांत पाणी उभे राहिले. याचे पेंद्याला नवल वाटले नाही; पण त्याच्या बरोबरची ती अपरिचित मोठी माणसे आपले डोळे का पुशीत आहेत, हे त्याला कळेना!

■

१९५८

भविष्य

डॉ. गद्रे यांच्या दवाखान्याच्या पायऱ्या चढता चढता भगवानराव एकदम तेराव्या पायरीवर थांबले. त्यांच्या छातीत पुन्हा दुखू लागले होते.

त्यांच्या मनात आले— दिवाळी पंधरा-वीस दिवसांवर आली आहे; पण ती पाहायला आपण राहणार आहो की नाही?

भगवानरावांनी भीतभीत खालच्या पायऱ्यांकडे पाहिले. वरच्या वळत गेलेल्या पायऱ्यांकडे पाहिले. त्यांना डॉक्टर गद्र्यांचा भयंकर राग आला! डॉक्टर कुशल चिकित्सक असतील, निष्णात शस्त्रवैद्य असतील, लोकप्रिय धन्वंतरी असतील! आणखीही काही असतील! म्हणून काय त्यांनी तिसऱ्या मजल्यावर आपला दवाखाना थाटावा? त्यांचा हा सिंहगड— छे, छे! हा हिमालय आपल्यासारख्या पन्नाशी उलटलेल्या माणसाला कसा चढता येईल? तेनसिंग तरुण होता, म्हणून त्याला ते जमले!

तेराव्या पायरीवरून चौदाव्या पायरीवर पाऊल टाकण्याचा भगवानरावांनी कसोशीने प्रयत्न केला; पण ते त्यांना जमेना. अजून त्यांच्या छातीत दुखत होते. हृदयक्रिया बंद पडून जागच्या जागी खलास झालेल्या माणसांबद्दल वर्तमानपत्रात येणाऱ्या बातम्या त्यांना आठवल्या. डॉ. गद्र्यांच्या दवाखान्याच्या आपल्या पायांखालच्या तेराव्या पायरीकडे ते भयभीत दृष्टीने पाहू लागले. इंग्रज लोकांत तेरा हा आकडा फार अशुभ मानतात, हे त्यांना एकदम आठवले. त्यांचे मन चरकले. त्यांना घाम फुटू लागला. आपण हिंदू आहोत. तेरा या आकड्याशी आपला काही बरा-वाईट संबंध नाही, हे त्यांना कळत नव्हते, असे नाही; पण एका क्षणात हृदयक्रिया बंद पडण्याच्या कल्पनेने ते इतके भेदरून गेले की, पायांखालची ती तेरावी पायरी हा आपल्या कबरीवरला दगड आहे, असे त्यांना वाटू लागले!

छातीत दुखण्याची त्यांची ही तक्रार काल रात्री सुरू झाली होती. ती ऐकून त्यांची बायको म्हणाली होती,

"फ्ल्यू झाला होता ना तुम्हाला? त्या खोकल्यामुळे थोडं दुखत असेल छातीत!"

मग तिने दुखणाऱ्या जागी व्हिक्स चोळले, गरम पाण्याच्या पिशवीने छाती शेकली, त्यांना उनउनीत कॉफी करून दिली.

या साऱ्या उपचारांमुळे बारा वाजून गेल्यावर त्यांचा डोळा लागला; पण रात्रभर त्यांना जी स्वप्ने पडली होती, ती छातीच्या दुखण्यामुळे गुरांप्रमाणे ओरडणाऱ्या माणसांची, चालता चालता बेशुद्ध होऊन भररस्त्यात खाली कोसळणाऱ्या तगड्या जवानांची आणि गाढ झोपेतच कैलासवासी होणाऱ्या स्त्री-पुरुषांची!

म्हणून तर सकाळचा दुसरा चहा होताच डॉ. गद्रे यांना प्रकृती दाखविण्याकरिता ते टांग्यातून दवाखान्यात आले होते. डॉक्टरांच्या दवाखान्याच्या पहिल्या बारा पायऱ्या एखाद्या तरुणाप्रमाणे ते चढले होते; पण तेराव्या पायरीवर—

छातीतली ती कळ आता थांबली आहे, असे भगवानरावांना वाटले. देवाचे नाव घेऊन आणि उजवा हात काळजावर घट्ट धरून ते मुंगीच्या पावलांनी एकेक पायरी चढू लागले. शेवटी ते तिसऱ्या मजल्यावरल्या डॉ. गद्र्यांच्या खोलीपाशी येऊन पोहोचले. घोडे गंगेत न्हाले, म्हणून त्यांनी समाधानाचा सुस्कारा सोडला.

खोलीत कुणीतरी माणसे बोलत होती. त्यातला तो बायकी आवाज— तो डॉ. गद्र्यांचाच होता. म्हणजे सौ. डॉ. गद्रे यांचा! पण दुसरा आवाज? तो काही डॉ. गद्र्यांचा नव्हता. तो निश्चित कुणातरी पुरुषाचा आवाज होता. कुणीतरी परप्रांतातला औषधांचा एजंट असावा तो! तो हेल काढीत आणि मधेच मधल्या शब्दावर जोर देत बोलत होता.

भगवानराव किंचित पुढे सरकले. त्यांनी हळूच लांब मान करून खिडकीतून पाहिले. डॉक्टरीणबाईंची पाठ खिडकीकडे होती. त्यांच्याशी बोलणारा तो मनुष्य समोरच्या खुर्चीत बसला होता. चांगला गोरागोमटा, उंचनिंच, तगडा तरुण दिसत होता तो! तो धुवट तलम धोतर नेसला होता. त्याच्या अंगातला खादीचा नेहरू शर्ट भट्टीचा होता. त्याने डोक्यावर किंचित कलती ठेवलेली खादी टोपीही त्याला मोठी शोभून दिसत होती. एखाद्या पुढाऱ्यासारखी! तिला एकसुद्धा सुरकुती नव्हती.

डॉक्टरीणबाईंची नि त्याची खूपच ओळख असावी! औषधांचे एजंट डॉक्टरांचे जानीदोस्त असतात, म्हणा! अगदी घरगुती माणसासारखा तो मोकळेपणाने बाईंशी बोलत होता. छे! तो औषधांचा एजंट नसावा! कुणीतरी उपमंत्री, गिरणीमालक, नाहीतर थोर पुढारी— मोठा रुबाबदार दिसत होता तो गृहस्थ!

भगवानराव तर्क करू लागले. डॉ. गद्र्यांच्या पेशंटांत अनेक निर्वासित होते. त्यांच्यापैकी काहींनी इकडे येताना बरोबर पुष्कळ सोनेनाणे आणले होते. त्या पैशाच्या बळावर चांगले बंगलेसुद्धा खरेदी केले होते त्यांनी! हा सद्गृहस्थ कदाचित

अशीच एखादी बडी असामी असेल! कदाचित डॉ. गद्र्यांची कीर्ती ऐकून कुणीतरी परप्रांतातला मोठा मनुष्य फार लांबून त्यांना प्रकृती दाखवायला आला असेल!

खिडकीतून कुणीतरी डोकावून पाहत आहे, हे दिसताच तो गृहस्थ बोलायचा थांबला. त्याने खिडकीकडे बोट करून डॉक्टरीणबाईंना कुणीतरी बाहेर आल्याचे सुचविले. गद्रेबाईंनी चटकन डाव्या बाजूला मान वळवून पाहिले. लगेच त्या हसत हसत म्हणाल्या,

"काय भगवानराव! ठीक आहे ना सारं? डॉक्टर व्हिजिटला गेले आहेत. आत्ता येतील परत, पाच-दहा मिनिटांत. पलीकडच्या खोलीत बसा तुम्ही. या गृहस्थाशी थोडं काम आहे माझं, ते संपवून येते मी!"

भगवानराव पलीकडच्या खोलीत जाऊन बसले, न बसले, तोच कुठल्या तरी दुसऱ्या खोलीतून 'नको नको, गं! अगं आई, गं!' असे बाईंचे विव्हळणे ऐकू आले. आपल्यासारखेच त्या बाईच्या छातीत दुखत असेल की काय, या विचाराने ते अस्वस्थ झाले. जिवाचा धडा करून त्यांनी हळूहळू त्या खोलीचे दार गाठले. तिथे एका तेरा-चौदा वर्षांच्या मुलीच्या पायाचे ड्रेसिंग चालले होते, ते डोळ्यांनी पाहिले. तेव्हा कुठे भगवानरावांचा जीव भांड्यात पडला.

अधीर मनाने डॉक्टरांची वाट पाहत ते गॅलरीत शतपावली करू लागले. थोडा वेळ गिऱ्हाइकांनी गजबजलेल्या समोरच्या हॉटेलकडे पाहत ते उभे राहिले. फिरता फिरता ते डॉक्टरांच्या खोलीपाशी आले. एकदम डॉक्टरीणबाईंचे शब्द त्यांच्या कानांवर पडले,

"मोतीचूर? गुलाबजाम? कचोरी?"

गद्रेबाईंशी बोलत बसलेला मनुष्य कुणीतरी बडा गृहस्थ असावा, अशी आता त्यांची खात्रीच झाली. चहाबरोबर त्याला काय हवे, त्याला काय आवडते, हे त्या विचारीत असाव्यात. त्या दोघांचे चहापान सुरू व्हायच्या वेळी आपण जवळपास रेंगाळत राहणे बरे नव्हे, हे त्यांच्या सभ्य मनाने जाणले. ते गॅलरीच्या दुसऱ्या टोकापाशी जाऊन उभे राहिले.

लवकरच डॉक्टर गद्र्यांची गाडी दवाखान्याकडे येत असलेली त्यांना दिसली. हा हा म्हणता डॉक्टर वर आले. भगवानरावांची तक्रार ऐकताच ते हसत म्हणाले,

"चला! तुम्हालाच तपासून टाकतो आधी, मग एक जरा मोठं ऑपरेशन आहे. त्यात गुंतलो, म्हणजे उगीच तिष्ठत राहावं लागेल तुम्हाला. पुन्हा दुपारी एक ऑपरेशन आहे. दिवाळी जवळ आलीय! तेव्हा सपाटून काम करायला हवं मला आता!"

त्यांच्या या दिवाळीच्या उल्लेखाचा अर्थ भगवानरावांना नीटसा कळला नाही. डॉ. गद्रे म्हणजे गावातले बडे प्रस्थ! एवढी मोठी त्यांची प्रॅक्टिस! असे असून

दिवाळी जवळ आली, म्हणून अधिक काम करायला हवे, असे ते का म्हणत आहेत!

भगवानराव आपल्याकडे आश्चर्याने पाहत आहेत, हे डॉक्टरांच्या लक्षात आले. ते हसत उद्गारले,

"अहो, गेल्या मे महिन्यात आमच्या अरुणाचं लग्न झालं नाही का? पहिला दिवाळसण आहे आमचा जावईबापूंचा! नाही म्हटलं, तरी हजारपंधराशे..."

डॉक्टरांच्या तपासणीच्या खोलीतून आपण बाहेर पडलो, ते पायांनी की, पंखांनी, हे भगवानरावांना कळेना! डॉक्टरांनी त्यांची छाती पुन:पुन्हा तपासली होती. त्या तपासणीत हृद्रोगाचे कुठलेही लक्षण त्यांना आढळले नव्हते. भगवानराव टेबलावरून उठले, तेव्हा डॉक्टर हसत म्हणाले होते,

"हे पाहा, आता घरी जाताना टांगाबिंगा काही करू नका हं! खुशाल चालत जा! अगदी धावत गेलात, तरी हरकत नाही!"

एका भयंकर संकटातून— अगदी प्राणसंकटातून— आज आपण बचावलो, अशा आनंदात भगवानराव दवाखान्याच्या साठसत्तर पायऱ्या उतरू लागले. घसरगुंडीवरून खाली येणाऱ्या एखाद्या पोरासारखे ते पायऱ्या उतरत होते. उतरता उतरता त्यांचे लक्ष तळमजल्यावर शेवटच्या पायरीकडे गेले. मघाशी डॉक्टरीणबाईंशी बोलत बसलेला तो बडा गृहस्थ तिथे उभा होता. तो कुणाची तरी वाट पाहत होता! भगवानरावांना वाटले, बहुधा डॉक्टरीणबाई खाली यायला निघाल्या असाव्यात. त्या आपल्या गाडीतून या गृहस्थांना त्यांच्या बंगल्यावर सोडणार असतील.

भगवानराव खालून चौथ्या पायरीवर उतरले, न उतरले, तोच त्या गृहस्थाने हसतमुखाने त्यांचे स्वागत केले. ते चकित झाले. ते शेवटच्या पायरीवर आले, तेव्हा 'नमस्ते' म्हणून त्या गृहस्थाने हात जोडून त्यांना नमस्कार केला, या रहस्याचा काही केल्या त्यांना उलगडा होईना!

तो गृहस्थ मोठ्या अदबीने त्यांना म्हणाला,

"आपली-माझी ओळख नाही; पण आपलं नाव ऐकलंय मी! आपण कुठं राहता, तेही माहीत आहे मला. आपल्यासारख्या थोर गृहस्थाचा एकदा हात बघावा, अशी इच्छा आहे माझी!"

"म्हणजे? आपण ज्योतिषी आहात?"

भगवानरावांच्या उद्गारात आश्चर्य ओतप्रोत भरले होते. त्यांचा थोडासा अपेक्षाभंगही झाला होता. कारण तो अपरिचित मनुष्य एखादा लक्षाधीश व्यापारीच असावा, अशी त्यांनी आपली ठाम समजूत करून घेतली होती.

होकारार्थी मान हलवीत तो गृहस्थ उत्तरला,

"पैशापासरी मिळणाऱ्या ज्योतिष्यांपैकी नाही हं मी! पोटासाठी काही हा धंदा

मी करीत नाही, केवळ हौसेसाठी! ज्ञानासाठी! फक्त शास्त्राच्या अभ्यासासाठी! डॉक्टरसाहेब फार मानतात मला! वारंवार माझा सल्ला घेतात. मला मदतीला बोलवतात.''

''डॉक्टर तुमचा सल्ला घेतात?''

''अलबत! माझ्या भविष्यावर फार श्रद्धा आहे त्यांची! आता वर एक ऑपरेशन आहे ना?''

''हो!''

''मोठं अवघड आहे ते! ते केव्हा करावं, याचा काल डॉक्टर विचार करीत होते. मी ते पाहिलं. रोग्याची जन्मवेळ विचारली. लगेच त्याचा हात पाहिला— नि उद्या सकाळी नऊ वाजून साडेसदतीस मिनिटांनी ऑपरेशन सुरू करा, म्हणजे ते एकशेएक टक्के सक्सेसफुल होईल, असा डॉक्टरांना सल्ला दिला! या मुहूर्तावरच आता ते ऑपरेशन सुरू होणार आहे!''

ईश्वर, स्वर्ग, नरक, भुतेखेते, गंडेदोरे, नवस, ज्योतिष वगैरे सर्व गोष्टींवर भगवानरावांची थोडीफार श्रद्धा होतीच. त्यातच डॉ. गद्रे यांच्यासारखा धन्वंतरी ऑपरेशनच्या वेळी ज्याचा सल्ला घेतो, असा ज्योतिषी त्यांच्यासमोर उभा होता! त्यांच्या मनात आले, आपले छातीतले दुखणे साधे आहे, तो काही हार्टडिसिझ नाही, हे डॉक्टर गद्र्यांनी सांगितलंच आहे. दुधात साखर म्हणून या बड्या ज्योतिष्याकडूनही याबाबतीत एकदा खात्री करून घ्यावी! म्हणजे मग छातीत कितीही दुखू लागले— तिथे अगदी धरणीकंप झाला— तरी आपल्याला भ्यायचे कारण नाही!

ते त्या विद्वान ज्योतिष्याला, आपला हात पाहण्याची विनंती करणार होते; इतक्यात तोच आपण होऊन म्हणाला.

''आज संध्याकाळी येऊ मी आपल्या घरी? सहज हात पाहून होईल. दररोज एखादा तरी हात मी बघतोच! तो बघितला, म्हणजे बरं वाटतं. हो, त्यामुळे ज्ञान ताजं राहतं. मन त्या अभ्यासात रात्रभर गुंतून जातं. आपणाला आज सवड नसेल, तर उद्या येईन मी!''

''उद्या कशाला? आजच या की, संध्याकाळी सहा वाजता!''

संध्याकाळी सहा वाजता तो गृहस्थ डॉ. गद्र्यांच्या गाडीतूनच आपल्या दारात उतरणार, असे भगवानरावांना राहून राहून वाटत होते; पण तो आला पायीच! मात्र घरात पाऊल टाकल्याबरोबर सकाळचे ऑपरेशन एकशेदोन टक्के यशस्वी झाल्याचे त्याने भगवानरावांना सांगितले. हे त्याने इतक्या अभिमानाने सांगितले की, त्या शस्त्रक्रियेच्या यशात त्याचा निम्मा वाटा आहे, अशी भगवानरावांची खात्री होऊन चुकली.

त्या गृहस्थाने लगेच आपल्या कामाला सुरुवात केली. प्रथम त्याने भगवानरावांचा उजवा हात पाच-दहा मिनिटे निरखून पाहिला! मग डाव्या हाताचे पाच-दहा मिनिटे निरीक्षण केले. नंतर दोन्ही हात जुळवून तो पाहत राहिला. त्यांचे वय, जन्मवेळ वगैरे गोष्टी विचारून पुन्हा पाच-दहा मिनिटे त्यांचा उजवा हात त्याने पाहिला. शेवटी त्यांच्या तोंडाकडे हसून पाहत तो उद्गारला,

"तसा हात फार चांगला आहे आपला. एक-दोन गोष्टी सोडल्या, तर असा हात..."

एक-दोन गोष्टी सोडल्या, तर? त्या गोष्टी कोणत्या असाव्यात? आपली प्रकृती ही त्यातली एक गोष्ट तर नसेल ना? या विचारासरशी भगवानराव अस्वस्थ झाले. आपल्याला प्रतिकूल असलेल्या त्या एक-दोन गोष्टी सांगण्याविषयी ते त्या गृहस्थाला आग्रह करू लागले.

त्यांच्या उजव्या हातावरच्या रेषा पुन:पुन्हा निरखून पाहत आणि त्यांच्या डाव्या हातावरल्या रेषांशी त्यांची तुलना करीत तो विद्वान गृहस्थ उद्गारला,

"आमच्या शास्त्राला जे दिसतं, ते सांगतोय मी! काही पटलं नाही, तर राग मानू नका त्याचा!"

"सांगा, खुशाल सांगा!"

"आपलं नि आपल्या बायकोचं- ह:ह:ह:- पत्नीचं - तितकंसं- म्हणजे फारसं- पटत नसावं!"

हे शब्द ऐकताच भगवानराव स्तंभित झाले. खरोखरच हा कुणीतरी महापंडित असावा, वराहमिहिराचा अवतार असावा, असे त्यांना वाटले. तसे नसते, तर आयुष्यभर आपण ज्याच्यावर पांघरूण घालीत आलो, ते आपले गृहच्छिद्र या पूर्णपणे परक्या अशा माणसाला पाच-दहा मिनिटांत कसे कळले असते?

गेल्या पंचवीस वर्षांतले अनेक कटू प्रसंग त्यांना एकदम आठवले. लग्नाच्या पहिल्याच वर्षी आपण नको नको म्हणत असताना आपली बायको श्रावणात मंगळागौरीला माहेरी गेली होती. न येण्याचे काहीतरी कारण तिला माहेरी कळविता यावे, म्हणून हातात छत्री असूनदेखील ती न उघडता पावसात भिजून, अगदी चिंब होऊन आपण घरी आलो होतो. अपेक्षेप्रमाणे आपल्याला पडसे झाले होते. थोडी कसरसुद्धा आली होती. पण आपल्या अशा भयंकर नादुरुस्त प्रकृतीची पर्वा न करता ठरल्या दिवशी बायको माहेरी निघून गेली होती. त्या दिवसापासून अगदी काल रात्रीपर्यंत हजारो वेळा ती अशी वागत आली होती की, जणूकाही नवरा हा प्राणी तिच्या खिजगणतीतच नसावा!

काल रात्रीचे तिचे ते वागणे किती बेफिकीरपणाचे- छे! छे! अगदी निर्दयपणाचे होते! छातीत दुखायला लागल्याबरोबर आपण म्हणालो,

“डॉ. गद्र्यांना बोलावणं पाठव. हे छातीचं दुखणं आहे. कदाचित काही भयंकर असलं तर—”

ती नाक उडवून उद्‌गारली,

“मुलखाचे भित्रे आहात तुम्ही. अंगावर झुरळ पडलं, तर अस्वल चढलं, म्हणून ओरडत सुटाल! काही नको आता अपरात्री डॉ. गद्र्यांना बोलवायला! उगीच व्हिजिट फीचे पाच रुपये जातील. मी चांगलं व्हिक्स चोळते नि गरम पाण्याच्या पिशवीनं शेकते, म्हणजे झालं!”

माणसाचे मन आपल्यावर झालेल्या खऱ्याखोट्या नि लहानमोठ्या अन्यायांची नोंद नेहमीच तत्परतेने ठेवीत असते. भगवानरावांपाशी अशा नोंदीची एक भलीमोठी वही तयार झाली होती. त्या वहीतली बायकोच्या खात्याची पाने जसजशी त्यांच्या डोळ्यांपुढून फडफडत जाऊ लागली, तसतसा समोर बसलेल्या भास्कराचार्यांच्या भविष्यकथनावरला त्यांचा विश्वास वाढू लागला.

त्यांना एकदम ज्योतिषीबुवांच्या शब्दांची आठवण झाली- ‘एक-दोन गोष्टी सोडल्या, तर असा हात-’ त्या एक-दोन गोष्टींतली एक प्रतिकूल गोष्ट आपल्याला कळली! पण दुसरी? ती कोणती असेल?

ती दुसरी गोष्ट सांगण्याविषयी भगवानराव त्या गृहस्थाला आग्रह करू लागले. तो प्रथम कां कूं करीत होता; पण शेवटी भगवानरावांचे मन मोडणे त्याला अशक्य झाले. त्यांच्या उजव्या हातावरली वरची आडवी तुटक रेषा दाखवीत तो म्हणाला,

“मी धंदेवाईक ज्योतिषी नाही, म्हणूनच हे आपल्याला सांगतो. आपलं सारं आयुष्य जसं सुखात जाईल, तसं आपल्याला मरणही मोठ्या सुखानं येईल!”

सुखाने येणारे मरण अशी काही चीज या जगात अस्तित्वात असू शकते, याची भगवानरावांना कल्पना नव्हती! ते गोंधळून त्या गृहस्थाकडे पाहू लागले. तो त्यांच्या हातावरली ती तुटक रेषा दाखवीत म्हणाला,

“ही तुमची हार्टलाइन. ही मधेच तुटलीय! आमच्या शास्त्राच्या दृष्टीनं याचा अर्थ स्पष्ट आहे. बोलावण्याकरिता देव जे निमित्त करील, ते काळजाचा विकार किंवा असंच काहीतरी छातीचं दुखणं असेल. एखाद्या दिवशी आपण शांतपणे झोपी जाल नि त्या झोपेतच—”

भगवानरावांच्या अंगावर काटा उभा राहिला. त्यांचा हात कापू लागला. तो कंप जाणवताच तो गृहस्थ म्हणाला,

“तसं घाबरण्यासारखं काही नाही, साहेब! आपलं आयुष्य अजून—”

तो पुढे काय बोलला, ते भगवानरावांना कळलेच नाही! त्याला निरोप देण्याकरिता... म्हणून ते उठू लागले. ते कसेबसे उठले; पण आपल्या पायांतले सारे अवसान एकदम नाहीसे झाले आहे, असे त्यांना आढळून आले. कोटाच्या

खिशातून पाच रुपयांची नोट काढून ते ती त्या गृहस्थाला देऊ लागले; पण ती नोट तो घेईना! तो पुन:पुन्हा म्हणाला,

"हा माझा काही पोटाचा धंदा नाही. ज्ञान वाढावं, शास्त्र कळावं, म्हणून मी हात बघत असतो. ही आपली एक हौस आहे. आता माझी रात्र मोठी मजेत जाईल. मी हात बघितला की, मोठमोठे लोक मला शंभर रुपये द्यायला लागतात. पण विद्येचा मोबदला घेतला की, तिची शक्ती नाहीशी होते, असं हिमालयातल्या गुरूनं मला सांगितलं आहे! ज्योतिष हा माणसाचा तिसरा डोळा आहे, महाराज; तिसरा डोळा! असा डोळा फक्त भगवान शंकरालाच असतो. म्हणून ज्योतिष्यानं नेहमी कफल्लकच राहिलं पाहिजे, असं ते गुरू म्हणत असत."

त्याचे हे बोलणे ढोंगीपणाचे नव्हते! कारण तो 'नमस्ते' म्हणून निघून गेल्यावर भगवानराव जेव्हा भीतभीत आपल्या हातावरली हार्टलाइन पाहू लागले, तेव्हा ती पाच रुपयांची नोट त्या हार्टलाइनवरच पडली आहे, असे त्यांना दिसून आले.

रात्री भगवानराव चार घाससुद्धा धड जेवले नाहीत. त्यांच्या बायकोला मोठे आश्चर्य वाटले याचे! सकाळी दवाखान्यातून आल्यावर डॉ. गद्रे यांनी थट्टेने आपल्याला धावत घरी जायला कसे सांगितले, याचे भगवानरावांनी मोठ्या रसभरित रीतीने तिच्यापाशी वर्णन केले होते. एवढी मोठी काळजी दूर झाल्यावरही आता आपले यजमान नीट जेवत का नाहीत, हे तिला काही केल्या कळेना!

भगवानराव नऊ वाजताच अंथरुणावर पडले. एरवी ते झोपताना काही म्हणत नसत; पण आज बराच वेळ ते कसलेतरी श्लोक पुटपुटत होते! त्यांना साडेनवाच्या सुमाराला गाढ झोप लागलेली पाहून त्यांच्या बायकोला बरे वाटले. घरातली सारी आवराआवर करून आणि झोपलेल्या मुलांच्या अंगावर पांघरुणे आहेत की नाहीत, हे पाहून तीही आपल्या अंथरुणावर पडली. तिचा डोळा लागतो, न लागतो, तोच भगवानराव घाबऱ्याघुबऱ्या ओरडले,

"अगं-अगं..."

ती चटकन उठली. दिवा लावून त्यांच्या बिछान्यापाशी गेली. "काय होतंय?" असा तिने कापऱ्या स्वराने प्रश्न केला.

"तुझं डोंबल!" भगवानरावांनी उत्तर दिले.

त्यांनी दोन्ही हातांनी आपली छाती घट्ट दाबून धरली आहे, हे आता तिच्या लक्षात आले. तिने विचारले,

"छातीत दुखतंय का?"

भगवानराव कण्हत ओरडले,

"अहाहा! काय बायको आहेस! पंचपतिव्रतांची पट्टराणी शोभशील अगदी!

नवऱ्याच्या डोक्यात बॉंब पडला, तर त्याला विचारशील, 'बाम चोळू का थोडा?' अगं, छातीत कळा येताहेत माझ्या! भयंकर कळा येताहेत! मरतोय मी! अरे देवा! अगं आई, गं!''

बायको भीतभीत म्हणाली,

''कालच्यासारखं व्हिक्स चोळते नि गरम पाण्यात—''

''घराला आग लागलीय नि तू पळीपंचपात्री घेऊन ती विझवायला चालली आहेस! अगं, त्या घोड्याला उठव. शुद्ध गाढव आहे हा महाद्या! इकडं बाप मरतोय, तर हा घोरतोय! डॉ. गद्र्यांना बोलावणं पाठव. म्हणावं, जस्से असाल, तस्से- अगं आई, गं!''

बायकोने मुकाट्याने चौदा वर्षांच्या माधवला उठविले. अपरात्री डॉ. गद्र्यांकडे एकटा जायला तो कां कूं करू लागला, तेव्हा तिने त्याला दोन धपाटे दिले. तो गेल्यावर त्याच्या खालच्या दहा वर्षांच्या मुलीला उठवून तिला स्टोव्हपाशी पाणी तापवीत बसविले आणि मग ती स्वत: भगवानरावांच्या छातीला व्हिक्स चोळून गरम पाण्याने शेकू लागली. शेकता शेकता ती विचारीत होती,

''थोडं बरं वाटतंय ना आता?''

भगवानराव तिला उत्तर देण्याच्या मन:स्थितीत होते कुठे? ते राहून राहून संध्याकाळी त्या ज्योतिष्याने सांगितलेल्या भविष्याचा विचार करीत होते! तुटलेली हार्टलाइन- सुखाने येणारे मरण—

झोपेतच येईल ते! ही शेवटची कल्पना मनात येताच छातीतल्या कळा कमी झाल्या होत्या, तरी डोळे मिटून पडायची त्यांना भीती वाटू लागली. कदाचित आपले मिटलेले डोळे पुन्हा उघडलेच नाहीत, तर?

खोलीतल्या साऱ्या वस्तूंकडे ते आशाळभूत दृष्टीने पाहू लागले. झोपेतच हृदयक्रिया बंद पडून आपल्याला मरण आले, तर ही खोली आपल्याला पुन्हा दिसणार नाही. हा पलंग, ही मच्छरदाणी, हे फोटो, ही बायको, हिचे हे सुंदर काळेभोर केस- काही काही आपल्याला पुन्हा दिसणार नाही! चाळिशी उलटून गेली, तरी अजून आपली बायको सुरेख दिसते. तिला एकदम सोडून जायचे, म्हणजे— ती जवळ आली, म्हणजे होणारा आनंद— आज रात्री झोपेतच कायमचे डोळे मिटल्यावर तो आनंद कसा मिळणार?

त्यांना मरणाची भीती वाटू लागली. मागे एकदा घरात उंदीर फार झाले होते. त्यावेळी नवराबायकोंनी मिळून खोलीची दारे बंद करून काठीने चार-पाच उंदीर मारले होते. त्या उंदरांतला एक अगदी लहानगा उंदीर पळून जाण्याची मोठी केविलवाणी धडपड करीत होता. ते चित्र भगवानरावांच्या डोळ्यांपुढे उभे राहिले. त्या उंदरासारखी आज आपली स्थिती झाली आहे, मृत्यू या काळजाच्या विकाराच्या

काठीने पाच मिनिटांत आपला निकाल लावणार आहे, या कल्पनेने ते अगदी बेचैन होऊन गेले.

डॉ. गद्र्यांना आणायला गेलेल्या माधवाने 'आई, आई' म्हणून दार ठोठावले, तेव्हा कुठे भगवानरावांच्या जिवात जीव आला. पण माधव परत आला होता, तो डॉ. गद्रे कुठल्या तरी चित्रपटाला गेले आहेत, अशी रडकथा गातच!

भगवानराव त्याच्यावर भयंकर संतापले. ठोंब्या, दगड, निर्बुद्ध, गाढव, घोडा अशी अनेक विशेषणे त्यांनी त्याला बहाल केली. "सारी थिएटरं शोधून तू डॉ. गद्र्यांना आणायला हवं होतंस!" हा मंत्र ते पुन:पुन्हा जपू लागले.

थोड्या वेळाने त्यांचा डोळा लागला; पण पंधरा-वीस मिनिटांतच ते दचकून जागे झाले. स्वप्नात तो ज्योतिषी त्यांना म्हणत होता,

"ही तुमची हार्टलाइन— हृदय-रेषा. ही मधेच तुटलीय! एखाद्या दिवशी आपण शांतपणे झोपी जाल नि त्या झोपेतच-"

आता डोळे मिटण्याचासुद्धा भगवानरावांना धीर होईना. हो! हे छातीतले घड्याळ अचानक केव्हा बंद पडेल, ते कुणी कसे सांगावे? ते तोंडाला येईल ते बडबडू लागले. त्यांच्या पत्नीला काय करावे ते कळेना! तिने शेजारच्या दोन पुरुषांना बोलावून आणले. त्यांतल्या वृद्ध गृहस्थांनी तरुण माणसाला 'मिळेल तो डॉक्टर घेऊन ये' असा हुकूम सोडून बाहेर पिटाळले. मग भगवानरावांच्या उशाशी बसून ते म्हणाले,

"हे पाहा भगवानराव, मरण काही कुणाला चुकत नाही. ते यायचं, तेव्हा येणारच. तुम्ही स्वस्थ पडून राहा. डॉक्टर येईपर्यंत मी तुम्हाला गीतेतला एखादा अध्याय म्हणून दाखवितो—"

"गीतेतला अध्याय कशाला म्हणता? एखादी कादंबरी वाचून दाखवा की! हा आमचा महाद्या चोरून खूप कादंबऱ्या वाचतो. त्याच्या अभ्यासाच्या पुस्तकात असेल पाहा एखादी!"

म्हातारबुवांनी नाकावर तर्जनी ठेवून भगवानरावांना चूप केले आणि ते भसाड्या स्वरात म्हणू लागले,

"वासांसि जीर्णानि यथा विहाय—"

भगवानरावांनी लहानपणी हा श्लोक लावताना संस्कृतच्या शास्त्रीबुवांकडून छड्या खाल्ल्या होत्या. त्यामुळे त्या श्लोकाचा अर्थ त्यांना शब्दश: आठवू लागला. मरणाऱ्या मनुष्याचे शरीर हे जुन्या, फाटक्या वस्त्रासारखे असते. तो मरतो, म्हणजे हे फाटके-तुटके वस्त्र टाकतो आणि...

भगवानराव वेड्यासारखे आपल्या हाताकडे पाहू लागले. आपले हात, आपले पाय, आपले डोळे, आपले कान, हे एका जीर्ण वस्त्राचे भाग आहेत, हे काही केल्या

त्यांना पटेना!

म्हातारबुवा आठवेल तो श्लोक बेधडक म्हणतच होते! ते श्लोक ऐकता ऐकता भगवानरावांच्या पायात गोळा उभा राहिला. त्यांना वाटले, अस्से ताडकन उठावे आणि या म्हाताऱ्याच्या तोंडात बोळा कोंबून ते बंद करावे!

इतक्यात डॉ. गद्रे यांच्या गाडीचा हॉर्न रस्त्यावर वाजला. तो आवाज सर्वांच्या परिचयाचा होता. माधव धावतच बाहेर गेला. डॉक्टर घाईघाईने त्याच्याबरोबर आत आले. चित्रपट रद्दड असल्यामुळे ते मधेच उठून घरी आले होते. घरी येताच माधव येऊन गेल्याचे त्यांना कळले. लगेच त्यांनी गाडी भगवानरावांच्या घराकडे वळविली होती.

डॉक्टरांनी भगवानरावांना पुन:पुन्हा तपासले. मग ते हसत म्हणाले,

"तुम्ही उगीच भिताय, भगवानराव!"

भगवानरावांच्या मनात आले, डॉक्टरांना म्हणावे,

'ऑपरेशनपूर्वी तुम्ही ज्याचा सल्ला घेता, त्या ज्योतिष्यानंच माझी हार्टलाइन तुटक आहे, असं मला सांगितलंय! झोपेत माझा प्राण केव्हा आणि कसा जाईल, याचा नेम नाही, असं तो म्हणत होता. त्यानं पैसे घेतले असते, तर पोटासाठी काहीतरी भविष्य सांगणारा तो एक कुडमुड्या ज्योतिषी आहे, असं म्हणता आलं असतं, पण त्यानं पैसुद्धा घेतली नाही माझ्याकडनं. आता तुम्हीच सांगा...'

हे सारे बोलावे, असे भगवानरावांच्या मनात आले खरे! पण त्यांच्या तोंडातून त्यातले अवाक्षरसुद्धा बाहेर पडले नाही. डॉक्टर इंजेक्शनची तयारी करीत आहेत, असे पाहून ते चाचरत त्यांना म्हणाले,

"मला झोपेचं इंजेक्शन देऊ नका हं डॉक्टर, नुसतं कळा कमी व्हायचं इंजेक्शन द्या!"

डॉक्टर हसले आणि इंजेक्शन दिल्यावर भगवानरावांच्या पत्नींना 'काही काळजी करू नका हं!' म्हणून सांगून निघून गेले.

देवळात सप्ताह बसवितात, तशी आपल्याभोवती दहा-वीस माणसे जागत बसविता आली असती, तर फार बरे झाले असते. त्यांनी आपला डोळ्याला डोळा लागू दिला नसता, असे भगवानरावांच्या मनात आले. साप चावल्यावर माणसाला झोपू देत नाहीत, असे त्यांनी कुठेतरी वाचले होते, ते त्यांना आठवले. आपल्याला तर मृत्युरूपी महासर्प चावणार आहे! तेव्हा—

महासर्प, महारुद्र, शंकर, मृत्यू, तुटकी हार्टलाइन, काळसर्प, तिसरा डोळा या शब्दांचा त्यांच्या डोक्यात कलकलाट सुरू झाला. ते एकदम माधववर खेकसले आणि म्हणाले,

"गाढवा, मला झोपायचं नाही, हे तुला ठाऊक नाही का? चल, आण कुठली

तरी कादंबरी आणि लाग वाचायला!''

माधव वाचू लागला. कादंबरीच्या पहिल्या प्रकरणाच्या शेवटी पुरुषवेषाने शिकार करायला आलेल्या नायिकेवर वाघ झडप घालतो व नायक त्या वाघाला ठार मारून तिची सुटका करतो, असा प्रसंग होता. तो वाचताना माधवचे मन कसे फुलून गेले! आपल्या वडिलांना तो कितपत आवडला, हे पाहण्याकरिता त्याने मान वर करून पाहिले. कादंबरीतल्या त्या प्रसंगापेक्षाही अधिक आश्चर्यकारक असे दृश्य त्याला दिसले— भगवानराव जोरजोराने घोरत होते!

सकाळी बरोबर सातला भगवानराव जागे झाले. डॉक्टर गद्रे यांनी रात्री आपल्याला झोपेचे इंजेक्शन दिले होते, हे आता त्यांच्या लक्षात आले! लगेच त्यांनी सारे घर डोक्यावर घेतले. हो, बरे तर बरे! झोपेतच आपली हृदयक्रिया बंद पडली असती, तर? छे! छे! डॉक्टर गद्र्यांनी आपल्याला रात्री फसविले! अशा डॉक्टरावर विश्वास टाकून राहण्यापेक्षा ताबडतोब मुंबईला जाऊन तिथल्या तज्ज्ञ डॉक्टरांकडून या छातीतल्या दुखण्यावर उपचार करून घेतलेले बरे!

हा विचार मनात येताच दुपारच्या गाडीने मुंबईला जायची तयारी करायचे फर्मान त्यांनी बायकोला सोडले. ती अजिजीने म्हणाली,

''एवढी दिवाळी होऊ दे! मग जाऊ आपण!''

लगेच भगवानराव ओरडले,

''तोपर्यंत मी जाईन मरून मसणात आणि तुम्ही बसाल शिमगा करीत!''

काय करावे हे तिला सुचेना! इतक्यात संध्याकाळी आलेले ज्योतिषी भेटायला आले आहेत, म्हणून माधव भगवानरावांना सांगू लागला. भगवानरावांच्या छातीत धडधड सुरू झाली. त्यांचे पाय लटलट कापू लागले. ज्योतिष म्हणजे माणसाचा तिसरा डोळा, असे हा गृहस्थ काल म्हणाला होता. आपला हात पाहून घरी गेल्यावर तो त्याच्यावरल्या रेषांचाच विचार करीत बसला असेल. केवळ शास्त्रज्ञानासाठी या भानगडीत पडलेला हा मनुष्य! तो हस्तरेषांचा रात्रंदिवस अभ्यास करणारच! त्या अभ्यासात त्याला आणखी काही भयंकर आढळले असले तर? आपण आजच मरणार आहो, असे सांगायला तर हा विद्वान ज्योतिषी आला नसेल ना?

त्याला आत बोलवावे की, बोलवू नये, या विचारात भगवानराव होते. इतक्यात तोच आपण होऊन आत आला. 'नमस्ते' म्हणून त्याने भगवानरावांना नमस्कार केला.

''क... क... क... का आला होता स... स... सकाळीच?'' भगवानरावांनी प्रश्न केला.

''दिवाळी जवळ आलीय!''

"हो!"

"घरोघर दिवाळीची तयारी सुरू होईल आता! आपल्या घरीसुद्धा!"

"मग?"

"तेव्हा आपल्या घरी आणि आपल्या स्नेह्यांच्या घरी मला काम मिळावं, अशी विनंती आहे. गद्रे डॉक्टरीणबाईंनीसुद्धा काम द्यायचं कबूल केलंय मला. त्यांचे जावई येणार आहेत या दिवाळीत!"

"त्या जावयांची काय पत्रिका करणार आहा तुम्ही?"

"छे! छे! छे! ज्योतिष काही माझा पोटाचा धंदा नाही, साहेब. तो आपला हौसेचा मामला आहे. माझा पोटाचा धंदा आहे पक्वान्नं करण्याचा. फर्स्ट क्लास बनवितो तो आम्ही. वहिनीसाहेबांना काय हवं ते करून देऊ. मोतीचूर, गुलाबजाम, कचोरी."

काल दवाखान्यात भगवानरावांनी डॉक्टरीणबाईंच्या तोंडून हेच शब्द ऐकले होते— म्हणजे काल हा गृहस्थ तिथे दिवाळीत काय काय पदार्थ करायचे, ते ठरवायला आला होता! आणि या पाकशास्त्रविशारदाला बडा ज्योतिषी समजून आपण आता मुंबईला जायला निघालो होतो— वा रे भविष्य! वा रे तिसरा डोळा!

भगवानराव हसत पत्नीकडे वळून म्हणाले,

"हे बघ! मुंबईचा बेत रद्द नि यांच्याकडून दिवाळीसाठी काहीतरी करून घे... मोतीचूर, गुलाबजाम, कचोरी!"

■

१९५८

सावली

दवाखान्यातून शेवटचा रोगी बाहेर पडला. हुश्श करीत दोन्ही हातांची जुडी खुर्चीवर टेकून, तिच्यात मान ठेवीत, मी समोरच्या भिंतीवरल्या घड्याळाकडे पाहिले. साडेबारा वाजून गेले होते! सकाळी साडेआठला मी दवाखान्यात आलो! तेव्हापासून आतापर्यंत अवंढा गिळायलासुद्धा उसंत मिळाली नव्हती. आता या भयंकर उन्हातून चौदा-पंधरा मैल फटफटीवरून जायचे! छे! जुन्या काळी अशावेळी फाशी द्यायलासुद्धा माणसाला बाहेर काढीत नसत!

मी खिडकीतून बाहेरच्या उकळत्या उन्हाकडे पाहिले. एखाद्या कारखान्यातली भट्टी पेटावी ना, तसा बाहेरचा देखावा दिसत होता. रस्ता जणू तापलेल्या धुळीचे चटके चुकविण्याकरिता नागमोडी वळणे घेत पळत चालला होता. असल्या रणरणत्या उन्हातून तापत, भाजत, पोळत आणि धुळीने अंघोळ करीत घरी जायचे! वाटेवर धड सावलीसुद्धा कुठे नाही!

लगेच दारात माझी वाट पाहत उभ्या असलेल्या शांताचे उत्सुक डोळे माझ्यासमोर चमकू लागले. दिवाळीत दारात दोन आकाशदिवे लावावेत ना, अगदी थेट तसे भासणारे! मी दिसताच तिच्या मिठीतून झेप घेऊन पुढे पाहणारी अरुणा दिसू लागली. पाण्याबाहेर उसळून येणाऱ्या मासळीसारख्या वाटणाऱ्या तिच्या हालचाली मला आठवल्या. माझा सारा शीण क्षणार्धात नाहीसा झाला. उन्हाळ्याने वाळून कोळ झालेल्या माळावर पावसाचे पहिले शिंतोडे पडताच बारीक हिरवळ उगवावी, तसे कोमेजलेले मन फुलू लागले. घरी जाण्यासाठी मी उत्सुकतेने खुर्चीतून उठलो. मागच्या भिंतीवर खुंटाळ्याला लटकवलेला कोट आणि हॅट काढण्याकरता मी पाठ फिरवली. कोटाला मी हात लावला न लावला, तोच मागून हाक आली,

"डॉक्टर!..."

ती हाक मारणाऱ्या व्यक्तीचा मला असा राग आला! वाटले, या लोकांना

एकदा हडसून-खडसून विचारावे,

"डॉक्टरला काही जीवबीव असतो की नाही?"

लगेच माझे मलाच हसू आले!

माणसाचा स्वभाव म्हणजे विसंगतींनी भरलेले एक भलेमोठे गाठोडे आहे. गतवर्षी या आडबाजूच्या खेड्यात आठवड्यातून दोनदा यायचे मी ठरवले. त्यावेळी आपली प्रॅक्टिस या कुग्रामात कशी चालेल, याची काळजी होती मला! पहिल्या दिवशी तर लोक नुसते बाहेरून दुरून पाहून जात होते मला. सर्कशीतली जनावरे पाहायला लहान मुले जमतात ना, तसे चालले होते त्यांचे. त्या दिवशी तब्बल तीन तास मी दवाखान्यात बसलो; पण चिटपाखरू फिरकले नाही आत! आता घरी गेल्यावर शांताला काय सांगायचे, अशा विवंचनेत मी पडलो. इतक्यात अर्धांगाने अंथरुणाला खिळलेल्या त्या म्हातारीचे बोलावणे आले. माझी अब्रू बचावली! त्या दिवशी मी गिऱ्हाइकाची वाट पाहत होतो आणि आज? आता मला कुण्णी कुण्णी बोलवायला नको होते! मी रोगी तपासून अगदी कंटाळून गेलो होतो.

कुणी हाक मारली, हे न पाहता मी अंगात कोट चढवला, हॅट हातात घेतली नि मागे वळून पाहिले. पाच-सहा वर्षांची एक चिमुरडी, चुणचुणीत पोरगी दारात उभी होती. मी तिला लगेच ओळखली. ती अर्धांग झालेली म्हातारी ज्या घराच्या आश्रयाने राहत होती, तिथली ही मुलगी होती.

मी म्हातारीला तपासू लागलो, म्हणजे ही मुलगी खोलीच्या दारात उभी असते, हे मला आठवले. म्हातारीच्या समाधानासाठी मी अधूनमधून पाच मिनिटे तिच्याकडे जात असे. तिची प्रकृती पाहिल्याचे सोंग करून परत येत असे. ती फार गरीब होती. तिच्याकडून मला पैसुद्धा मिळण्याची आशा नव्हती. पण या परक्या गावातले ते माझे पहिले गिऱ्हाईक होते. त्या म्हातारीचा पायगुण चांगला असावा, असे मला उगीचच वाटत राहिले होते. नाहीतर हल्लीच्या दिवसांत एखाद्या अपरिचित खेडेगावात डॉक्टरचा असा जम बसणे शक्य तरी आहे का?

मी त्या मुलीला प्रश्न केला,

"काय गं? औषध हवंय तुला?"

लाजाळूच्या झाडाला माणसाचा स्पर्श होताच त्याची पाने जशी आकुंचित होतात, तशी लाजून, अंग चोरून ती उभी राहिली. मग खाली मान घालून तिने नकारार्थी मान हलविली.

भर उन्हात वाऱ्याची गार झुळूक यावी, तसा माझ्या शिणलेल्या मनावर त्या मुलीच्या गोड हालचालीचा परिणाम झाला. मी थोडा पुढे झालो आणि हसत म्हणालो,

"आमची सारीच औषधं काही कडूझार असत नाहीत! गोड औषधंसुद्धा आहेत आमच्यापाशी. खूप गोड, गोड! गोड एरंडेल हवंय का तुला?"

त्या मुलीने आपली नजर हळूच वर केली आणि पुन्हा नकारार्थी मान हलविली. मी तिच्याजवळ जाऊन तिचा खांदा थोपटीत म्हटले,

"मग, काय हवंय तुला?"

"तुम्हाला बोलावलंय!"

"कुणी?"

"आजीनं!"

"आजी? कुठली आजी? नाव काय तिचं?"

"नाव नाही मला माहीत!"

"नाव नसलेली असली कसली तुझी आजी? एवढी म्हातारी झाली! नि अजून बारसं झालं नाही तिचं?"

त्या पोरीला माझ्या या थट्टेचा अर्थ कळणे शक्य नव्हते. ती माझ्याकडे टकमक पाहू लागली. मग मीच तिला म्हटले,

"तुमच्या मागच्या खोलीत सारखी अंथरुणावर झोपून असते, तीच आजी ना? तिला नीट चालता येत नाही..."

"होय, होय!" म्हणत ती हसली.

आता सारे माझ्या लक्षात आले. त्या अर्धांग झालेल्या म्हातारीने घरमालकाच्या या छोट्या पोरीला मला पकडून आणण्यासाठी पिटाळले होते. गेल्या महिन्यात मी तिच्याकडे फिरकलोसुद्धा नव्हतो. पहिल्या पहिल्यांदा तिच्याकडे जाऊन पाच-दहा मिनिटे बसले, तिला तपासण्याचे सोंग केले, "लवकरच बरं वाटेल हं तुम्हाला" असे म्हटले, म्हणजे तिच्या सुरकुतलेल्या चेहऱ्यावर आनंदाची ओझरती छटा चमकून जाई. पावसाळ्यातल्या गडद अंधारात पुसट वीज चमकावी, तसे तिच्या भकास भावनाशून्य डोळ्यांत आशेचे क्षणिक स्फुरण होई. माझ्या बोलण्याने तिला बरे वाटे. ती थोडीशी उल्हसित झाली की, मलाही बरे वाटे! पण अशी नाटके काही जन्मभर करता येत नाहीत! पहिल्या चार महिन्यांतच मी तिला बरे करू शकत नाही, हे तिने ओळखले. मग केवळ माणुसकी म्हणून अधूनमधून मी तिच्याकडे जात राहिलो, झाले!

पण आजच्यासारखे तिने मला कधीच बोलावले नव्हते. एकदम म्हातारीचे काही कमी-जास्त झाले की काय, हे मला समजेना. हिवाळ्यात झाडाच्या फांदीवर अर्धवट सुटलेले, पिकले पान फडफड करीत असते. वारा आला की, ते गळून पडेल असे वाटते; पण ते फडफड करीत फांदीला चिकाटीने चिकटून बसते. अर्धांगाने अंथरुणाला खिळलेल्या माणसाची स्थिती अशीच असते! पण ते पान कुठल्या झुळकेने केव्हा गळून पडेल, हे कुणी सांगावे?

जाणे तर भाग होते! पांदीतून फटफटी जाणे शक्य नव्हते. म्हणून त्या मुलीचा

हात धरून मी चालत निघालो. त्या मुलीशी एक शब्दसुद्धा मी बोललो नाही. मन एकसारखं त्या म्हातारीचाच विचार करीत होते. तिच्या जिभेवर काही परिणाम झाला नव्हता; पण बाकीचे शरीर विकल होऊन गेले होते.

अर्धांगाने अंथरुणाला खिळण्यापूर्वी पाच-सात वर्षे या मुलीच्या घरात ती स्वयंपाकीण म्हणून काम करीत होती. त्यापूर्वीही अगदी तरुणपणापासून ती अशीच घरोघर राबत आली होती. व्यसनी नवऱ्याने टाकून दिलेली, माहेरच्या दरिद्री माणसांना जड झालेली आणि आयुष्यभर एखाद्या भटक्या कुत्र्याप्रमाणे बिनमायेचे जिणे जगलेली एक दुर्दैवी बाई होती ती! मी पहिल्यांदा तिला पाहायला गेलो, तेव्हा घरमालकिणीकडून ही हकिकत मला पुसट पुसट कळली होती. तेव्हा माझ्यापुढे जो प्रश्न उभा राहिला, तोच आता मला सतावू लागला. अशा माणसांना देव इतके आयुष्य देतो तरी कशाला? ज्या दु:खाच्या विषावर सुखाचा उतारा मिळू शकतो, ते दु:ख माणसाला पचविता येते! पण हा गरीब जीव आयुष्याचा लांबलचक प्रवास करून थकला, तरीसुद्धा त्याची आणि सुखाची कधी गाठ पडली नाही! उभ्या जन्मात सुख नाही तर नाही, निदान मरण तरी सुखाने यावे! पण तेसुद्धा बिचारीच्या नशिबी नव्हते! या घरातली मालक-मालकीण हळुवार मनाची होती. या बाईने आपले कष्ट उपसले आहेत, हे ती दोघे विसरली नाहीत. म्हणून या पंगू म्हातारीला आज दोनवेळा चार घास मिळत होते. एका खोलीत निवांतपणे पडून राहण्याइतकी तरी तिची सोय झाली होती. अशी प्रेमळ माणसे जर तिला मिळाली नसती—

विचारांच्या नादात मी माझ्या पेशंटच्या घरापाशी केव्हा आलो, हे माझ्या लक्षात आले नाही. धनुष्यावरून बाण सुटावा, तशी ती मुलगी भुर्रकन अंगणात गेली, लगेच डाव्या बाजूला वळली आणि—

''आजी! डॉक्टर आले, डॉक्टर आले!'' असे मोठ्याने ओरडू लागली.

मी म्हातारीच्या खोलीत प्रवेश केला. नेहमीप्रमाणे ती आढ्याकडे टक लावून पाहत पडली होती. तिच्याजवळ एक वर्तमानपत्र पडलेले दिसले. ते पाहून मला मोठे नवल वाटले. म्हातारीला बिलकूल वाचता येत नव्हते. मागे एकदा वेळ घालविण्यासाठी 'शिवलीला' किंवा असेच काहीतरी वाचावे, असे मी तिला म्हटले होते. तेव्हा ती उद्गारली होती,

'डॉक्टर, मला लिहिता-वाचता येत असतं, तर जन्मभर दुसऱ्याच्या घरात चूल फुंकीत कशाला बसले असते मी?'

कदाचित या चिमुरड्या पोरीला र ट फ करता येत असेल! आणि आपली विद्वत्ता आजीला दाखविण्यासाठी ती ते वर्तमानपत्र घेऊन आली असेल, असे माझ्या मनात आले. पोरगी आधीच आजीच्या उशाशी जाऊन बसली होती. मी कोपऱ्यातले लाकडी स्टूल उचलले, ते अंथरुणाजवळ ठेवले आणि त्याच्यावर

बसून विचारले,

"आजीबाई! का बोलावलंत मला?"

तिने किंचित मान फिरवली. तिचे डोळे पाण्याने डबडबल्यासारखे दिसले. तिला काही वेदना होत आहेत की, अर्धांग झालेली माणसे कित्येकदा लहानशा कारणाने रडू लागतात, त्यातला हा प्रकार आहे हे माझ्या लक्षात येईना. मी पुन्हा प्रश्न केला,

"आजीबाई! का बोलावलंत मला?"

ती तिखट स्वराने उद्गारली,

"कुणी बोलावलं तुम्हाला?"

"तुम्ही!"

"मी?"

"हो. तुमच्या या नातीला विचारा. ती मला दवाखान्यात सांगत आली—"

"मी कशाला कुणाला बोलावू, डॉक्टर? या जगात कुणावर माझा हक्क आहे? सारखी मरणाला बोलावतेय मी! पण ते मेलंसुद्धा..."

तिला पुढे बोलता येईना. मात्र तिच्या डोळ्यांतून घळघळा आसवे वाहू लागली.

ती चिमुरडी पोरगी माझ्याकडे टकमक पाहत म्हणाली,

"किती वेळ झाला! आजी रडतेय बघा, डॉक्टर! आईनं सांगितलं, म्हणून तिला हा फोटो आणून दाखवला मी..."

माझ्या काहीच लक्षात येईना.

मी विचारले,

"फोटो? कुणाचा फोटो?"

त्या मुलीने जवळ पडलेले वर्तमानपत्र उचलले आणि ते उघडून त्याच्यातला एक फोटो मला दाखविला. फोटो एका तरुणीचा होता. बावीस-तेवीस वर्षांची असावी ती! नाकीडोळी मोठी नीटस दिसत होती. या मुलीचा फोटो पाहून आजीबाईचा आपल्या मनावरला ताबा का नाहीसा व्हावा, हे माझ्या लक्षात येईना. ती कुणी तिच्या नात्यातली मुलगी तर नसेल ना? मी फोटोखालचा मजकूर वाचू लागलो. त्या मुलीचे नाव होते जया नाडकर्णी. ती एम.एस्सी.ला पहिल्या वर्गात आली होती. नंतर ती काही संशोधन करू लागली होती. तिची हुशारी पाहून भारत सरकारने तिला परदेशी पाठविण्याचे ठरविले होते.

माझे कुतूहल मला गप्प बसू देईना. मी म्हातारीपुढे तो फोटो धरला आणि तिला विचारले,

"आजीबाई! ही मुलगी कोण?"

तिने बोलण्यासाठी ओठ उघडले; पण तिच्या तोंडातून एक शब्दसुद्धा बाहेर पडला नाही. डोळ्यांतून पुन्हा पाणी पाझरू लागले. या मुलीचा फोटो पाहून तिला इतके दुःख का व्हावे, हे काही केल्या मला कळेना!

थोड्या वेळाने ती बोलू लागली. मधेच थांबत, मधेच डोळे मिटून काही आठवण्याचा प्रयत्न करीत, ती मला सारी हकिकत सांगू लागली :

या नाडकर्णी कुटुंबात ती स्वयंपाकीण होती. त्या घरी ती गेली, तेव्हा जयाची आई नुकतीच देवाघरी गेली होती. चार-पाच भावंडं होती ती! त्यात जया धाकटी. मरण म्हणजे काय, हेसुद्धा पोरीला कळत नव्हते! अपरात्री 'आई, आई' अशा हाका मारीत पोरगी झोपेतून उठायची! मग आजीबाईने तिला कुशीत घेऊन थोपटायचे. अशा रीतीने जयाला आजीबाईचा लळा लागला. त्या पोरीमुळे आजीबाईने पाच-सहा वर्षे त्या कुटुंबात मोठ्या आनंदाने घालविली; पण ते सुख तिला सतत मिळावे, अशी दैवाची इच्छा नव्हती. सारे नाडकर्णी कुटुंबच मुलांच्या पुढल्या शिक्षणासाठी कोकण कायमचे सोडून मुंबईला गेले. पुढे काही दिवस जयाची पत्रे आजीबाईला आली; पण आजीबाईची कर्मगती मोठी विचित्र होती! पोटासाठी एक गाव सोडून दुसऱ्या गावी तिला वारंवार जावे लागले. त्या गोंधळात जयाचा आणि तिचा संबंध पार तुटून गेला!

आता जया खूप शिकून परदेशी जायला निघाली होती आणि आजीबाई पोटासाठी भटकत भटकत या खेड्यात अर्धांगाने खितपत पडली होती!

म्हातारीने वेडीवाकडी, जमेल तशी, ही हकिकत मला सांगितली. ती सांगून होताच ती उदास स्वराने म्हणाली,

"या जगात एकच गोष्ट खरी आहे, डॉक्टर— कुणी कुणाचं नाही! जगात माणूस एकटंच येतं, इथं एकटंच जगतं आणि जातानाही एकटंच जातं!"

म्हातारीला थोडे बरे वाटावे, म्हणून मी म्हणालो,

"आजीबाई! तुम्ही म्हणता ते खरं आहे. म्हणून तर या जगात माणसानं माणसावर माया करायला हवी!"

"आपण माया केली, म्हणून काही आपल्याला माया मिळते, असं नाही, डॉक्टर!"

हे वाक्य उच्चारताना म्हातारीची नजर त्या वर्तमानपत्राकडे वळली. जयाचा फोटो पाहून तिच्या डोळ्यांना गळती का लागली होती, हे आता माझ्या लक्षात आले. त्या आईवेगळ्या पोरीला या स्वयंपाकिणीने पाच-सहा वर्षे पोटच्या पोरीसारखे सांभाळले होते. साहजिकच तिच्यावर हिचा जीव जडला होता. हिच्या मनाची मुळे त्या मुलीमध्ये गुंतली होती; पण त्या जयाला आता हिची आठवण तरी असेल काय? हुशार, शिकलीसवरलेली, मोठेपणाची स्वप्ने पाहत असलेली ती मुलगी! तिची दृष्टी स्वतःच्या सोनेरी भविष्याकडे लागलेली असणार! ती मागे वळून या

म्हातारीची आठवण काढीत कशाला बसेल?

पण त्या पोरीत मन गुंतलेल्या या भोळ्या, दुबळ्या जिवाचे समाधान कसे व्हायचे! या जगात माणसे कामापुरती जवळ येतात, काम झाले की, ती दूर जातात आणि एकमेकांना विसरतात! औषध संपले की, रिकामी बाटली अडगळीच्या खोलीत जाऊन पडते! जयाच्या दृष्टीने ही म्हातारी त्या रिकाम्या बाटलीसारखी होती; पण आयुष्यभर रणरणत्या उन्हात वणवण करीत आलेल्या या जिवाला कुणाच्या तरी मायेची तहान लागणे स्वाभाविक नाही का?

आजीबाईच्या काळजाला कोरड पडली होती. मायेच्या ओलाव्यासाठी ती हपापली होती. म्हणून जयाचा फोटो पाहून ती इतकी रडली. उगीच नाही. माझ्या पोटात कावळे ओरडू लागले होते. घरी शांता माझी वाट पाहून कंटाळली असेल! मनात खूप रागावली असेल! कदाचित फटफटीला अपघात तर झाला नाही ना, या शंकेने व्याकूळ होऊन दारात रस्त्याकडे पाहत उभी असेल! 'बाब्बा, बाब्बा' असे ओरडून अरुणाने तिला सतावून सोडले असेल. हे सारे चित्र माझ्या डोळ्यांपुढे उभे राहिले. उठण्यासाठी मी चुळबुळ करू लागलो; पण ती म्हातारी, तिच्याजवळ पडलेले ते वर्तमानपत्र, त्यातला तो जया नाडकर्णीचा फोटो आणि त्या फोटोवर खिळलेली म्हातारीची शून्य दृष्टी, हे सारे पाहून मला उठायचा धीर होईना!

इतक्यात म्हातारी आपले निस्तेज डोळे माझ्यावर रोखीत म्हणाली,

"डॉक्टर, माणूस कशासाठी जगतं हो?"

एरवी या प्रश्नाचे मी काहीतरी पांडित्यपूर्ण उत्तर दिले असते. थोडीशी गीतेतली पोपटपंची करून वेळ मारून नेली असती. मनुष्य कर्तव्यासाठी जगतो, तो अमक्यासाठी जगतो आणि तमक्यासाठी मरतो, असले काहीतरी अगडबंब उत्तर ठोकून दिले असते; पण म्हातारीने सांगितलेल्या त्या हकिकतीमुळे मी विरघळून गेलो होतो. तिला काय उत्तर द्यावे, हे मला सुचेना.

खरेच! मनुष्य कशासाठी जगतो? देवाने या म्हातारीला जगात जन्माला का घातले? तिच्या आयुष्याच्या ताटात दु:खाखेरीज दुसरे काहीच दैवाने का वाढले नाही? आता असले निष्क्रिय, निष्प्रेम जिणे तिने किती दिवस कंठावे? कशासाठी? कुणासाठी?

मी काही बोलत नाही, असे पाहून म्हातारी म्हणाली,

"डॉक्टर! माझे एक काम कराल?"

"जरूर!"

"बघा हं," ती क्षणभर थांबली व पुढे म्हणाली, "डॉक्टर! आज बुधवार. होय ना?"

"होय."

"पुन्हा तुम्ही कधी येणार? आदितवारी ना?"

"हो."

"त्या दिवशी माझ्यासाठी थोडं विष घेऊन याल?" म्हातारी एकदम थांबली आणि विचित्र नजरेने माझ्याकडे पाहू लागली.

डॉक्टरला नाना प्रकारचे रोगी पाहणे प्राप्त असते! वात झालेल्या माणसांची हरतऱ्हेची बडबड त्यांच्या परिचयाची असते! पण म्हातारीचा हा प्रश्न जितका अनपेक्षित, तितकाच भयंकर होता! तिची प्रकृती पूर्ववत करणे माझ्याच काय, पण जगातल्या कुठल्याही डॉक्टराच्या शक्तीबाहेरचे काम होते. जीवनाच्या आसक्तीने मनुष्य मरणाला आपला शत्रू मानतो; पण म्हातारीच्या दृष्टीने मृत्यू हाच आता तिच्या उभ्या जगातला एकच एक मित्र होता! तोच तिची या दुःखपूर्ण जीवनातून सुटका करायला समर्थ होता. ती मृत्यूला शोधीत होती; पण तो तिला चुकवीत होता! त्याची आणि तिची गाठ घालून देणे मला अशक्य नव्हते; पण मी डॉक्टर होतो. एका गांजलेल्या जीवाने डॉक्टराकडे विषाची मागणी करणे ठीक आहे; पण डॉक्टरने ती मागणी पुरवणे—

माझ्या डोक्यात वादळ घोंगावू लागले. मी ताडकन उठलो आणि 'येतो हं, आजीबाई' असे तोंडातल्या तोंडात पुटपुटत खोलीबाहेर पडलो.

घरी पोहोचल्यावर हे सारे मी विसरून गेलो. शांताची थट्टा करण्यात, अरुणाला 'कढीचं पाळं फुटलं, रे, फुटलं' म्हणून गुदगुल्या करून हसविण्यात, घरी पत्ते खेळायला आलेल्या मंडळींशी चालू राजकारणाची चर्चा करण्यात आणि संध्याकाळी दवाखान्यातल्या रोग्यांच्या गर्दीत मी इतका दंग होऊन गेलो, की म्हातारीची एकदासुद्धा मला आठवण झाली नाही. रात्री दहा वाजता अंथरुणाला माझी पाठ लागली. मग मात्र मला जखमेला कुणाचा तरी धक्का लागावा आणि तिची वेदना आपणाला जाणवावी, तसे झाले. मनात आले, आज बुधवार; रविवारी आपण गेलो आणि विषाचा तो विचित्र प्रश्न पुन्हा तिने आपल्याला केला, तर? तिला काय उत्तर द्यायचे? तिची समजूत कशी घालायची? का तिच्याकडे जायचेच टाळावे? पण म्हातारी मोठी खाष्ट आहे. ती त्या चिमुरड्या पोरीला माझ्याकडे पाठवून देईल! 'येत नाही' असे तरी तिला कसे सांगायचे?

लहानपणी एखादे उदाहरण सुटेनासे झाले, म्हणजे मी बेचैन होत असे. त्यावेळी वडील मला म्हणत,

'स्वस्थ ताणून दे. झोपेत तुला ते उदाहरण सुटेल.'

मीही माझ्या मनाची अशीच समजूत घातली. बुधवारची रात्र गेली. गुरुवारची गेली. शुक्रवार-शनिवारच्या रात्रीही आल्या नि गेल्या! या चारी रात्री मला चांगली झोप लागली. मात्र झोपेत आजीबाईच्या त्या भयंकर प्रश्नाचे उत्तर काही सापडले नाही!

रविवार उजाडला. सकाळी आठ वाजता फटफटीवर बसून मी खेडेगावातल्या माझ्या दवाखान्याकडे निघालो. आजीबाईचे समाधान कसे करायचे, या विवंचनेतच मी दवाखाना गाठला.

बारा, साडेबारा वाजता दवाखान्याचे काम आटोपले. घरी जायला तसा उशीरच झाला होता. एखाद्या रागीट माणसाचा संताप सारखा वाढत जावा, तसा बाहेरचा रखरखाट वाटत होता. मागच्या बुधवारपेक्षाही आजचे ऊन कडक होते. मुकाट्याने फटफटी सुरू करावी आणि सरळ घरी निघून जावे, असा विचार करून मी उठलो. गड्याला दवाखाना बंद करायला सांगून मी बाहेर आलो.

मी फटफटी सुरू करणार, तोच त्या दिवशीची ती चिमुरडी पोरगी दवाखान्याकडे धावत येत असलेली दिसली. पकडवॉरंट यावे, तसे मला झाले. ती मुलगी धापा टाकीतच फटफटीजवळ आली. मुठीत घट्ट धरल्यामुळे घामाने किंचित ओली झालेली एक चिठी तिने माझ्या हातात दिली. मी घाईघाईने ती उघडली. ती तिच्या वडिलांनी लिहिली होती. चिठ्ठीत एवढाच मजकूर होता :

"आजीबाई एकसारखी तुमची आठवण काढते आहे. पाच मिनिटं सवड काढून तिला पाहून चला. म्हणजे तिला बरं वाटेल.''

आता जाणे भागच होते मला. पांदीतून जाताना त्या दिवशीचा आजीबाईचा तो भयंकर प्रश्न माझ्या डोळ्यांपुढे भुतासारखा नाचू लागला. त्यामुळे माझ्या मनाची प्रसन्नता पार मावळली. आता ही म्हातारी आपल्याला विचारणार,

"डॉक्टर! विष आणलंय ना?''

तिला काय उत्तर द्यायचे? तिचे समाधान तरी कसे करायचे?

अशा गोंधळलेल्या मन:स्थितीतच मी म्हातारीच्या खोलीत पाऊल टाकले.

ती चिमुरडी खारीसारखी पुढे धावली. मोठ्या कष्टाने लाकडी स्टूल उचलून ते तिने आजीबाईच्या बिछान्याजवळ आणून ठेवले. मी त्याच्यावर बसलो आणि म्हातारीकडे टक लावून पाहू लागलो.

माझ्याकडे पाहून ती हसली, असे मला वाटले. मग मनात आले— तो भास असावा. हसण्यासारखे, आनंद मानण्यासारखे त्या बिचारीच्या आयुष्यात काय उरले होते? तिच्या उशाजवळ त्या दिवशीचा वर्तमानपत्राचा अंक तसाच पडला होता. गेले चार दिवस ती त्या एकाच गोष्टीचे चिंतन करीत होती. हे त्यावरून उघड दिसत होते. बसल्या बसल्या मला त्या वर्तमानपत्रातला जया नाडकर्णीचा फोटो अस्पष्ट दिसत होता. म्हातारी अजून त्या दिवशीचे दु:खच उगाळीत बसली आहे, हे पाहून मी गडबडलो.

इतक्यात म्हातारी त्या पोरीला म्हणाली,

"अगं कमे! डॉक्टर उन्हातनं आलेत. त्यांना थोडं सरबत आणून द्यायचं नाही का?''

चिमुरडी पळतच खोलीबाहेर गेली. ती जाताच आजीबाई माझ्याकडे टक लावून पाहत म्हणाली,

"डॉक्टर! मी तुम्हाला विचारणार आहे काही. अगदी खरंखरं उत्तर द्याल त्याचं?"

गाडी त्या दिवशीच्या रुळांवर हळूहळू जाणार, अशी खात्री होऊन मी गप्प बसलो!

आजीबाई म्हणाली,

"अर्धांग झालेली माणसं बरी होतात, की नाही?"

मला थोडा धीर आला. म्हातारीला धीर देण्याकरता मी उत्साहाने उत्तरलो,

"होतात ना! न व्हायला काय झालं? माझ्या वडलांना अर्धांगच झाला होता. अगदी तुमच्यासारखीच स्थिती होती त्यांची; पण हळूहळू ते सावरले. पुढं ते भिंतीचा आधार घेऊन एकेक पाऊल टाकू लागले. मी लहान होतो त्यावेळी. दहा-बारा वर्षांचा असेन. माझं बोट धरून ते थोडेथोडे चालतसुद्धा असत."

मी धडधडीत खोटे बोलत होतो; पण अशावेळी खोटे बोलणे हे पाप होत नाही, असे काहीतरी गीतारहस्यात मी वाचले होते. ते वाचन ऐनवेळी मदतीला आले.

माझे बोलणे ऐकून आजीबाईच्या निस्तेज डोळ्यांत निराळीच चमक दिसू लागली. तिने माझ्याकडे रोखून पाहत विचारले,

"खरं डॉक्टर?"

"अगदी खरं!"

"आणखी काय काय करू लागले ते?"

मी क्षणभर पंचायतीत पडलो; पण आता माघार घेण्यात अर्थ नव्हता! असत्याचा मार्ग अर्धवट सोडता येत नाही! मी बेधडक म्हणालो,

"त्यांना आपल्या हातानं जेवता येत नव्हतं पहिल्यांदा. भरवावं लागत होतं. मीच भरवीत असे त्यांना. हळूहळू ते आपल्या हातानं जेवू लागले."

"खरं? डॉक्टर, खरं ना?"

हा प्रश्न विचारताना तिची मुद्रा आनंदाने बेहोश झालेल्या एखाद्या बालकासारखी दिसत होती. आपल्याला हवे असलेले सुंदर खेळणे बाबांनी आणले आहे, असे कळताच एखाद्या बालिकेने 'खरं? बाबा, खरं?' हा प्रश्न जसा विचारावा, तसा तिचा हा प्रश्न वाटला मला!

आजीबाईने अधीरपणाने प्रश्न केला,

"मग त्यांना धोतर नेसायला यायला लागलं की नाही?"

हा प्रश्न मोठा विचित्र होता! पण आता मागेपुढे पाहण्यात काही अर्थ नव्हता. मी दडपून उत्तर दिले,

“सारं सारं ते करायला लागले!”

“मग डॉक्टर, तुमच्या वडलांसारखं मला बरं कराल? अगदी लवकर बरी करा हं मला. कितीही महाग औषध असू दे! ते आणवा माझ्यासाठी. पैशाची मुळीच काळजी करू नका!” बोलता बोलता ती थांबली आणि आशाळभूत नजरेने माझ्याकडे पाहू लागली.

तिच्या आजच्या या बोलण्याचा अर्थच मला कळेना! जिची जगण्याची इच्छा पार मरून गेली होती, गेल्या बुधवारी जी मला विष घेऊन येण्याचा आग्रह करीत होती, ती म्हातारी निराळी होती. ही म्हातारी निराळी होती! वठलेल्या झाडाला अकस्मात पालवी फुटावी, तशी आजीबाई आज बोलत होती. अंथरुणात खितपत पडलेल्या आणि आयुष्याला विटलेल्या या वृद्ध अभागिनीच्या मनात जीवनाची आसक्ती पुन्हा कशी निर्माण झाली? मी खूप विचार केला! पण हे कोडे मला सुटेना.

इतक्यात छोटी कमळी सरबताने भरलेला काचेचा प्याला घेऊन, ते सांडेल, या भीतीने एकेक पाऊल जपून टाकीत आत आली. ते सरबत पिता पिता माझ्या कोरड्या पडलेल्या घशालाच ओलावा मिळाला, असे नाही; तर माझ्याकडे टक लावून पाहणाऱ्या आजीबाईची हसरी मुद्रा पाहून माझ्या मनालासुद्धा तो मिळाला! मी सरबत पीत असतानाच तिने प्रश्न केला,

“किती दिवसांत बरी होईन मी, डॉक्टर?”

या प्रश्नाचे काय उत्तर द्यावे, हे मला सुचेना. खोटे बोलण्यालाही काही मर्यादा असते! पेल्यातले सरबत संपले असूनही मी ते पिण्याचे नाटक करीत राहिलो.

आजीबाई माझ्याकडे पाहत म्हणाली,

“डॉक्टर! मला तुमच्या वडलांसारखं हातानं जेवता आलं नाही आलं, तरी चालेल. कमीची आई फार मायाळू आहे. ती स्वतः भरवते मला; पण मला नेसायला यायला हवं. स्वतःच्या हातांनी लुगडं नेसता यायला हवं! ती पाहिलीत का लुगडी? किती सुरेख आहेत, म्हणता? कमे! दाखव गं ती डॉक्टरांना!”

कोपऱ्यात आजीबाईच्या जुन्या विटक्या कपड्यांवर सुंदर कागदाचे वेष्टण असलेल्या दोन घड्या दिसत होत्या. कमलने त्या उचलल्या आणि माझ्या हातात आणून दिल्या. मी घड्या उलगडून ती लुगडी पाहिली. त्यांचा पोत चांगला होता. रंगही मोठा सुरेख होता. भारी किमतीची लुगडी होती ती. कमलच्या आईने ही आजीबाईसाठी आणली असतील? छे! असली लुगडी घरी घेण्याइतकीसुद्धा या कुटुंबाची स्थिती नव्हती. मग ही एवढी भारी किमतीची लुगडी...

आजीबाई उतू जाणाऱ्या आनंदाच्या स्वराने म्हणाली,

“ही लुगडी नेसायला मला अगदी लवकर बरी करा हं, डॉक्टर! ती कुणी दिलीत, ठाऊक आहे का?”

हा प्रश्न करून ती माझ्याकडे किंचित मिस्कीलपणाने पाहू लागली. हदगा घालणाऱ्या मुलीच्या खेळात खिरापत ओळखण्याचा एक भाग असतो ना? 'ओळखा माझी खिरापत' असे म्हणणाऱ्या त्यातल्या एखाद्या चिमुरडीच्या ऐटीने आजीबाईने हा प्रश्न मला विचारला होता.

म्हातारीची ही खिरापत मी कशी ओळखणार? मी गप्प बसलो आहे, असे पाहून ती म्हणाली,

"हरलात ना, डॉक्टर? अहो, जयानं दिली आहेत ही लुगडी!"

तिच्या उशाजवळ पडलेल्या वर्तमानपत्राकडे पाहत मी विचारले,

"जया नाडकर्णीनं?"

"हो!"

"केव्हा?"

"काल!"

"कुणाबरोबर पाठवून दिली?"

"कुणाबरोबर नाही. स्वत: जया आली होती. परदेशी जायचं, म्हणून घरच्या देवीच्या पाया पडायला आली होती ती. पण पोरगी माझी आठवण विसरली नव्हती, डॉक्टर. माझा धड पत्तासुद्धा सांगेना तिला कुणी! दोन दिवस मोडले तिचे माझा शोध करता करता. मोटार घेऊन फिरत होती सारखी! शेवटी काल इथं पोहोचली. एवढी शिकलीय पोरगी! पण काल मला स्वत: भरवलं तिनं! ही लुगडी मुंबईहून येतानाच बरोबर आणली होती तिनं! नि संध्याकाळी जाताना जया म्हणते कशी, 'आजी! ही लुगडी नेसून तू हिंडाफिरायला लाग नि हिंडता-फिरतानाचा तुझा फोटो तिकडे मला पाठवून दे. तो मी माझ्या टेबलावर ठेवणार आहे. त्याला नेमानं नमस्कार केला, की पहिला नंबर येईल माझा परीक्षेत!' डॉक्टर, खरंच तुमच्यापाशी मला लवकर लवकर बरं करायचं औषध आहे ना? कितीही महाग असू दे ते! बुधवारी घेऊन या न विसरता! माझी जया तुमचे सारे पैसे देईल. ती सांगूनच गेलीय कमीच्या आईला तसं. बुधवारी ते औषध घेऊन या हं. याल ना?"

माझ्या तोंडातून शब्द बाहेर फुटेना. मी होकारार्थी मान हलवली. ती लुगडी पाणावलेल्या डोळ्यांनी कमळीच्या हातांत दिली आणि मी खोलीबाहेर पडलो.

दवाखान्यातून फटफटीवरून मी घरी जाऊ लागलो. पण दुपार टळून गेली असूनसुद्धा बुधवारइतका काही उन्हाचा त्रास होत नव्हता. मी वर पाहिले. आकाशात अभ्रे आली होती आणि त्यांनी आपल्या विरळ सावलीचे छत्र माझ्यावर धरले होते.

■

१९५९

विडा

गाडी मोठ्या वेगाने धावत होती. जणू काळोखाला भिऊन पळत सुटलेली आणि मधूनच किंचाळणारी एक अजाण बालिका होती ती! मधेच एखादे लहानसे स्टेशन येई. त्या स्टेशनावरल्या दिव्यांची काजव्यासारखी लुकलुक होई. पण एखाद्या महाराणीने रस्त्याच्या कडेला उभ्या असलेल्या भिकाऱ्याकडे दृष्टिक्षेपसुद्धा न करता पुढे जावे, तशी गाडी त्या स्टेशनाकडे ढुंकूनसुद्धा न पाहता पुढे जाई!

कितीतरी वेळ हे सारे शून्य दृष्टीने पाहत प्रताप पुतळ्यासारखा पहिल्या वर्गाच्या खिडकीपाशी बसला होता. झोप यावी म्हणून बरोबर आणलेल्या पुस्तकांपैकी रहस्यकथेचे पुस्तक उचलून वाचण्याचा प्रयत्न त्याने केला होता; पण त्या रहस्यकथेत त्याचे मन काही केल्या रमेना. म्हणून दिवा बंद करून तो खिडकीपाशी येऊन बसला होता.

आकाशातून एक तारा खळकन तुटला. क्षणभर तो अधिक उजळल्यासारखा वाटला. मग त्याचा प्रकाश एकदम दिसेनासा झाला. प्रतापचे मन चरकले. तुटलेला तारा दृष्टीला पडणे अशुभ असते, असे लहानपणी त्याने ऐकले होते. ते त्याला एकदम आठवले. त्या कल्पनेसरशी आपले अंग कंप पावत आहे, असा भास त्याला झाला. तो स्वत:ची समजूत घालू लागला—

'काश्मीरच्या संरक्षणाच्या कामी लढलेला, जखमी झालेला माणूस आहे मी! हाताची चाळण झाली, सारा चेहरा भाजल्यासारखा होऊन गेला, तरीसुद्धा त्या लढाईत ज्यानं आपली जागा सोडली नाही, त्यानं कुठल्या तरी खुळचट समजुतीनं असं घाबरून जावं? छे! हे शूराला शोभत नाही!'

तो जागेवरून उठला. त्याने दिवा लावला. सुटकेस उघडली. आत वरच ठेवलेली तार उघडून ती पुन्हा वाचली. तारेत एवढाच मजकूर होता—

'वहिनी अतिशय आजारी आहे. तत्काळ नीघ— दादा.'

कितीतरी वेळ प्रताप त्या चतकोर कागदाकडे पाहत वेड्यासारखा उभा होता.

मग त्याला वाटले.

"आज या डब्यात सोबतीला कुणीतरी हवं होतं. म्हणजे आपलं सैरावैरा धावणारं मन थोडंसं गप्प बसलं असतं!"

तारेतल्या 'वहिनी' या शब्दावर त्याची नजर स्थिर झाली. एखादी कळी उमलावी, त्याचप्रमाणे तो शब्द त्याच्या डोळ्यांपुढे फुलू लागला. त्या कळीच्या उमलणाऱ्या पाकळ्यांप्रमाणे वहिनीची अनेक रूपे त्याला दिसू लागली—

आपण दहा-बारा वर्षांचे होतो. आपली आई एके दिवशी अचानक देवाघरी गेली. वहिनी आपल्याहून फार फार तर तीन-चार वर्षांनी मोठी असेल. पण त्या वेळी तिच्या अंगी कुठून शहाणपण आले, कुणास ठाऊक! ती एकदम मोठी झाली. आपल्याला पोटाशी धरून आपले सांत्वन करीत ती म्हणाली,

"भावोजी, आज तुमची आई गेली नाही. तुमची वहिनी गेली! मागे राहिली आहे, ती तुमची आई! असे वर बघा माझ्याकडे, डोळे पुसा."

आपण मोठे झालो. लष्करात दाखल व्हायला निघालो. त्यावेळी वहिनीच्या डोळ्यांतून मृगाच्या धारा बरसू लागल्या. तिचे सांत्वन करता करता आपली पुरेवाट झाली. शेवटी डोळे पुसून ती म्हणाली,

"भावोजी, पुरुषांना कळायचं नाही हे बायकांचं दु:ख. ते कळायला आई व्हावं लागतं— वहिनी व्हावं लागतं!"

दिल्लीत आपली त्या सुंदर पंजाबी मुलीशी ओळख झाली. त्यावेळी एकदा रजा घेऊन आपण घरी आलो. टपालाचा शिपाई यायची वेळ आली की, अमृताच्या पत्राची वाट पाहत आपण दारात उभे राहू लागलो. वहिनीच्या ते लगेच लक्षात आले. नाही तरी बायका अशाबाबतीत मनकवड्या असतात!

चार-दोन दिवस गेल्यावर तिने हळूच विचारले,

"भावोजी, कुणाच्या पत्राची इतकी वाट बघत असता रोज?"

आपण उत्तरलो,

"एका मित्राच्या!"

वहिनी काही कमी मिस्कील नाही. तिने प्रश्न केला,

"तुमचा मित्र सूट घालतो, का साडी नेसतो?"

पुढे तिने आपल्यावर पाळत ठेवली की काय कुणाला ठाऊक! पण अमृताचा फोटो एके दिवशी चुकून बाहेर राहिला. घारीने जशी आपल्या भक्ष्यावर झडप घालून ते उचलून न्यावे, तसा वहिनीने तो पळविला. पहिल्यांदा ती त्याचा थांगपत्ताच लागू देईना. मग मात्र तिने तो परत द्यायचे कबूल केले; पण ते एका अटीवर. सारे सारे मी तिला सांगायचे. मी ते सांगितले. तिने मुकाट्याने ऐकून घेतले. फोटोतली अमृता अति आधुनिक वेशभूषा करणारी मुलगी होती. जुन्या चालीच्या वहिनीला

ती आवडणार नाही, असे आपल्याला वाटले होते. पण वहिनी हसत म्हणाली होती,

"मग बोला, आता मुहूर्त कुठला धरायचा? नाहीतर एके दिवशी घेऊन याल आपल्या राणीला इथं नि साऱ्या गावात हसं होईल तुमच्या या भोळ्या वहिनीचं! या वेंधळीनं आपल्या दिराच्या लग्नाची काहीसुद्धा तयारी केली नाही म्हणून!"

—आणि आपल्यासाठी दिल्लीला धावत आलेली वहिनी! काश्मीरवर झालेले आक्रमण रोखून धरायला हवे होते. त्या उदात्त उन्मादात आपण नेहमीचे जग विसरून गेलो! अमृता, दादा, वहिनी— कुणाचीही आपल्याला आठवण नव्हती. सारे सोबती आपल्या धाडसाचे कौतुक करीत होते. पण एके दिवशी दैवाची वक्रदृष्टी आपल्याकडे वळली. काय झाले तेसुद्धा त्यावेळी आपल्याला कळले नाही. किती दिवस आपण बेशुद्ध होतो, याचाही आपल्याला पत्ता लागला नाही. शुद्धी आली तेव्हा डोळ्यांत सारा जीव आणून आपल्या चेहऱ्याकडे पाहत बसलेली वहिनी दिसली. पुढे ज्या दिवशी आरशासमोर आपण उभे राहिलो, तो दिवस किती भयंकर होता! आपला चेहरा भाजून कायमचा विद्रूप झाला असल्याची जाणीव त्या क्षणी आपल्या काळजात सुरीसारखी घुसली. इस्पितळात आपल्याला पाहायला अमृता आली होती, म्हणे! पण आपण त्यावेळी शुद्धीवर नव्हतो. त्यानंतर ती पुन्हा कधीच आली नाही. तिने आपल्याला पत्रही पाठविले नाही. असे का व्हावे, याचा आपण पडल्या पडल्या विचार करीत होतो. या प्रश्नाचे उत्तर त्या आरशाने दिले होते!

तो सारा दिवस आपण अत्यंत अस्वस्थ मन:स्थितीत घालविला. आता जगण्यात काही अर्थ उरला नाही, असे आपल्याला वाटू लागले. आत्महत्येचे मार्ग लष्करातल्या माणसाला अधिकच सुलभ असतात. वाटले, कुठेतरी दूर फिरायला जावे आणि कपाळावर पिस्तूल रोखून या फसव्या जगाचा, यांच्यातल्या नटव्या बाहुल्यांचा आणि जिव्हारी जखम करून जाणाऱ्या इथल्या नाटकी प्रेमाचा निरोप घ्यावा. माझा चेहरा विद्रूप होता; पण तो लढता लढता विद्रूप झाला होता. अमृताला त्याचा अभिमान वाटायला हवा होता. निदान माझ्याबद्दल तिला गाढ करुणा वाटायला हवी होती. शरीरापलीकडचे सौंदर्य जर प्रेमाला दिसले नाही, तर ते प्रेम कसले?

पुढे आपण रजा घेऊन आलो. एके दिवशी मध्यरात्री आपल्या डोक्यातले वादळ अगदी पराकोटीला पोहोचले. आपण उठलो. कपडे चढवले. टेबलावरले पिस्तूल हळूच उचलून घेतले. पाऊल न वाजवता बाहेर जायला निघालो. आपण बाहेरच्या दाराची कडी न वाजविता काढण्याचा प्रयत्न केला; पण हात कापतच होता. त्यामुळे तिचा थोडासा आवाज झालाच. लगेच अंधारातून शब्द आले,

"कोण आहे ते?"

आपण चाचरत उत्तर दिले,

"मी-मी — प्रताप."

वहिनी विजेसारखी माझ्याकडे धावत आली. रोखून पाहत तिने विचारले,

"कुठं चाललात, भावोजी?"

आपण गडबडून उत्तर दिले,

"झोप येत नव्हती, गं वहिनी. जरा बाहेर वाऱ्यावर बसावं, म्हणून..."
इतक्यात आपल्या हातातले पिस्तूल खाली पडले. आपण खोटे बोलत आहो, हे
वहिनीला कळून चुकले! झटकन आपल्याला मिठी मारून ती म्हणाली,

"भावोजी, वेडबीड तर लागलं नाही ना तुम्हाला? कुठे चालला होता? काय
करणार होता?"

तिने आपल्याला आत नेले. आपले मस्तक मांडीवर घेऊन ती थोपटू लागली.
मनातले सारे सारे दुःख तिला आपण बोलून दाखविले. अमृताचे प्रेम कसे फसवे
ठरले होते, जे मी रेशमी राजवस्त्र मानले होते, ते कसे विटके पटकूर ठरले होते,
चेहऱ्याच्या विद्रूपपणामुळे जगात कुणालाही तोंड दाखवू नये, असे आपल्याला
कसे वाटू लागले होते, सारे सारे आपण तिला सांगितले. ती म्हणाली होती,

"आईला कधी आपलं मूल विद्रूप दिसतं, भावोजी? दुसऱ्या कुणासाठी
नसलं, तरी माझ्यासाठी तुम्ही जगायला हवं! माझ्या हातावर हात ठेवून वचन द्या
मला— पुन्हा असं काही काही करणार नाही, म्हणून! नाहीतर तुमचं ते पिस्तूल
माझ्यावर चालवा आधी. पहिल्यांदा वहिनीचा जीव घ्या नि मग स्वतःचा!"

तिच्या त्या मायेने भरकटत चाललेले आपले मन हळूहळू स्थिर झाले.
उद्योगात गढून जाऊन दुःख विसरायला शिकले. पण— पण ही तार? आपल्या
दुर्दैवी जीवनाचा मुख्य आधार— आपली वहिनी—

प्रताप हातातल्या तारेकडे शून्य दृष्टीने पाहू लागला. त्याला वाटत होते, काही
तरी चमत्कार व्हावा आणि त्या तारेतली अक्षरे पार बदलून जावीत 'वहिनी अतिशय
आजारी आहे, याऐवजी वहिनीला आराम वाटू लागला आहे' अशी अक्षरे दिसावीत;
पण ते अशक्य होते. ती निर्दयी अक्षरे डोळे वटारून पुनःपुन्हा त्याच्याकडे पाहत
होती. त्याच वेळी कुठले तरी वळण घेताना गाडी पुनःपुन्हा कर्कश शीट घालू
लागली. त्या कठोर पार्श्वसंगीतामुळे तारेतली ती अक्षरे प्रतापला अधिकच भयंकर
भासू लागली. ती तार त्याने दूर फेकून दिली आणि तोंड दोन्ही हातांनी झाकून घेऊन
तो आर्त, सद्गदित स्वराने पुटपुटला,

"वहिनी-वहिनी—"

टांगा घराजवळ घेऊ लागला. प्रतापच्या छातीतली धडधड वाढली.

“वहिनी कुठं असेल? तिला दादांनी इस्पितळात नेऊन ठेवली असेल काय? तिला एकदम असं काय झालं असेल? ती या जगात असेल, की—”

रात्री गाडीत त्याचा डोळ्याला डोळा लागला नव्हता. पहाटे पहाटे त्याला डुलकी लागली; पण अर्धवट झोपेत त्याला जे स्वप्न पडले, ते फार भयंकर होते. ते अभद्र स्वप्न पाहता पाहता तो दचकून जागा झाला. मग काही केल्या त्याला झोप येईना.

गाडी कुठल्या तरी स्टेशनावर थांबली. त्याने चहा मागविला. तो चहा त्याला बेचव वाटला. त्याला आपल्या आवडत्या पानपट्टीची आठवण झाली. त्याचा तो शौक होता; पण भिकार स्टेशनावर त्याला पानपट्टी मिळाली नाही. पुढे तासाभराने एका थोड्या मोठ्या स्टेशनावर ती त्याला मिळाली. पण त्याने ती तोंडात घातली, न घातली, तोच वहिनीच्या नेहमीच्या शब्दांची त्याला आठवण झाली. तो घरी असला, म्हणजे जेवण झाल्यावर नेमाने ती त्याला विडा करून देई आणि हसत म्हणे,

“मी कसल्याही पानांचा तुम्हाला विडा करून दिला, तरी तो रंगायलाच हवा! माझी तशी मायाच आहे तुमच्यावर! मी अगदी सुकलेला विडा दिला, तरी—”

सुकलेला विडा! हे दोन शब्द स्टेशनावर उतरेपर्यंत प्रतापच्या मनाभोवती पिंगा घालीत होते. आईची माया मृत्यूमुळे सुकली. अमृताचे प्रेम उथळपणामुळे सुकले, आता वहिनी— सुकलेल्या विड्याशिवाय आपल्या नशिबी दुसरे काही देवाने लिहिले नाहीच काय?

घर अगदी जवळ आले. प्रतापची मन:स्थिती मोठी विचित्र झाली. तो स्वत:ला धीर देत होता,

‘तुझ्या शौर्याची अनेकांनी तारीफ केली आहे. तू बेशुद्ध झाला नसतास, तर कृष्णा सोनावण्यापेक्षाही मोठा पराक्रम तुझ्या हातून घडला असता. महावीर चक्र तुला सहज मिळाले असते. तुझ्यासारख्या शूर माणसांनी कुठल्याही प्रसंगी गडबडून जाता कामा नये.’

पण पळापळाला त्याला वाटत होते, दैवाने इथेही आपला दावा साधला नसेल ना? लहानपणी आई गेली. तिच्यानंतर चार-पाच वर्षांनंतर बाबा गेले. लष्करात गेल्यावर दैव आपले वैर विसरले, असे वाटू लागले होते. अमृताची ओळख झाली, तेव्हा तर ते आपल्याच पाठीशी उभे आहे, अशा भ्रमात आपण होतो; पण एका क्षणात ते उलटले. आपला चेहरा विद्रूप करून त्याने आपल्याला माणसातून उठविण्याचा प्रयत्न केला. पुढची अमृताची वागणूक पाहून आपण विटून गेलो, प्लॅस्टिक सर्जरीने चेहरा नीटनेटका करून घेण्यात तरी काय अर्थ आहे, असे वाटू लागले. वहिनीच्या मायेवर आपण दिवस कंठू लागलो. पण एवढ्यावर दैवाचा

दुष्टावा थांबलेला दिसत नाही—

टांगा घरासमोर थांबला. लगबगीने पायऱ्या चढून तो पुढे गेला. त्याने दारावरची घंटा वाजविली. क्षणभराने आतून कुणीतरी दार उघडायला आले, असे त्याला वाटले. बहुधा दादा असावेत ते!

"दादा, वहिनीचं बरं आहे ना?" असे त्याने कंपित स्वराने विचारले.

काहीच उत्तर आले नाही. त्याच्या काळजाचा थरकाप झाला!

इतक्यात दार उघडले. त्याच्या कानांवर शब्द पडले,

"या, भावोजी!" स्वतःच्या डोळ्यांवर विश्वासच बसेना त्याचा! वहिनीनेच दार उघडले होते! म्हणजे? ती आजारी नव्हती? मग अशी विचित्र, जीव टांगणीला लावणारी तार दादांनी का केली?

वहिनी त्याच्याकडे पाहत म्हणाली,

"हे बघा, भावोजी! हातपाय धुवा नि आपल्या खोलीत जाऊन बसा. तोपर्यंत चांगला फक्कड चहा घेऊन मी येते. मग माझं सारं गुपित सांगते तुम्हाला."

जिवावरची एक मोठी धोंड उतरली. पण वहिनी बोलली, त्यात काहीतरी गूढ होते! ते काय असावे, याचा त्याला तर्क करता येईना. हातपाय धुऊन तो आपल्या खोलीत आला. तो इथे असला, म्हणजे वहिनी या खोलीतल्या वस्तू त्याच्या आवडीप्रमाणे निवडून मांडून ठेवत असे. आजही खोलीत पाऊल टाकताच तिच्या वात्सल्याची जाणीव त्याला झाली. सोनचाफ्याच्या फुलांचा सौम्य सुगंध दरवळत आहे, हे दारातच त्याच्या लक्षात आले. त्याची ती आवडती फुले होती. खोलीतल्या एका फुलदाणीत त्यांचा गुच्छ करून ठेवलेला दिसत होता. त्या गुच्छाचा वास घ्यावा, म्हणून तो टेबलाजवळ गेला; पण तो एकदम थबकला. टेबलावरल्या फोटोकडे तो निरखून पाहू लागला. वीस-बावीस वर्षांच्या एका मुलीचा फोटो होता तो! फोटोतला चेहरा मोठा गोड होता. नाकडोळे सुरेख होते. ओठांवर शालीन स्मित लाजून उभे होते.

तो फोटो पाहताच प्रतापचे मन नकळत पुलकित झाले. तो फोटो होता त्याच जागी पूर्वी त्याने अमृताचा फोटो ठेवला होता. अगदी त्याच ठिकाणी हा फोटो कुणी ठेवला? वहिनीने? का? तिच्या मनात आहे तरी काय? ती खोटी तार, हा अपरिचित फोटो—

मागून वहिनीचे शब्द ऐकू आले,

"भावोजी, हा चहा घ्या आधी आणि मग बसा तो फोटो बघत! तो बघायला तरी कशाला हवा म्हणा! आता जन्मभर या फोटोची मालकीणच—"

प्रताप आश्चर्यचकित होऊन तिच्याकडे पाहू लागला.

वहिनी हसत म्हणाली,

"तुमचं लग्न ठरवलंय मी! हे म्हणत होते— 'त्याला विचार तरी आधी, म्हणून'. पण तसं सरळ पत्र पाठवलं असतं, तर तुम्ही काही बधला नसता! तेव्हा म्हटलं, 'थोडं नाटक करू या.' काय, आहे ना मुलगी पसंत?"

प्रताप गोंधळून गेला. चहाच्या घोटाघोटाबरोबर त्याच्या मनात विचारांचे थैमान सुरू झाले. दवाखान्यात अमृता आपल्याला पाहायला आली होती. आपला चेहरा विद्रूप झाला आहे, याची कल्पना येताच ती पुन्हा कधी आपल्याकडे फिरकली नाही! साधी क्षमेची चिठ्ठी तिने कधी पाठविली नाही. पुढे रजेत आपण घरी आलो, गावात जो जो मनुष्य आपल्याला भेटे, तो तो आपल्या चेहऱ्याच्या विद्रूपपणाविषयी खरीखोटी हळहळ दाखवी. आपली पाठ थोपटून तो म्हणे,

"अरे बाबा, चेहऱ्यात काय आहे? माणसाचं मोठेपण मगजात आहे, मनगटात आहे."

विद्रूप झालेला चेहरा आणि मूळचा सुरेख चेहरा हे दोन्ही सारखेच असते, तर अमृता आपल्या आयुष्यात साधा निरोपसुद्धा न घेता निघून गेली असती का? जिथे जावे, तिथे लोकांच्या नजरा नकळत आपल्यावर खिळतात! ते लगेच आपल्याला जाणवते! टोचते! हे लोक काही केवळ विद्रूपपणाच्या मागे उभ्या असलेल्या शौर्याचं कौतुक करीत नसतात! स्वत:चा चेहरा असा झाला नाही, म्हणून मनातल्या मनात देवाचे आभार मानीत असतात ते!

कधीही, कुठेही कुणा ओळखीच्या मनुष्याच्या नजरेला पडू नये, गाव सोडावे, घर सोडावे, नोकरी सोडावी आणि दूर दूर कुठेतरी निघून जावे, अशा ठिकाणी जावे की, जिथे आपला विद्रूप चेहरा लोकांच्या लक्षात येणार नाही. जिथे मागच्या दु:खदायक आठवणींच्या खपल्या निघणार नाहीत, असे अनेकदा आपल्या मनात आले. प्लॅस्टिक सर्जरीने ही विद्रूपता नाहीशी करता आली असती! पण तसे करून कुणा मुलीशी लग्न करणे म्हणजे तिला फसविण्यासारखेच आहे, असे आपल्याला वाटू लागले.

'जगात कुरूप चेहऱ्याची माणसे काय थोडी असतात? त्यातलाच मी एक,' हा पीळ मनात धरून आपण आयुष्य कंठू लागलो.

पण अमृताच्या स्मृतीने आपली पाठ सोडली नाही. तिच्या वर्तनामुळे जगात जो तो स्वत:चा आहे, दुसऱ्याच्या दु:खाचा भागीदार कोणी नाही, याची जाणीव आपल्याला सतत तीव्रतेने होत राहिली. त्याला अपवाद एकच! तो म्हणजे वहिनी. या निर्दयी, व्यवहारी जगाशी आपला संबंध राहिला, तो तिच्यामुळे! वहिनी नसती, तर ज्या एका नाजूक धाग्याने या जगाशी आपल्याला जखडून टाकले आहे, तो धागाच—

—आणि तीच वहिनी आता दुसऱ्या धाग्याने या जगाशी आपल्याला बांधून

ठेवायला निघाली आहे!

पेल्यातला चहा संपला. नकळत प्रतापचे डोळे मेजावरल्या फोटोकडे वळले. त्याबरोबर खुदकन हसून वहिनी म्हणाली,

"काय, आहे ना राणी राजेसाहेबांच्या मनासारखी?"

प्रतापने खाली मान घातली. तो चिंतामग्न झाला. मग वहिनीकडे वळून तो म्हणाला,

"वहिनी, माझी थट्टा करीत नाहीस ना तू? कुणातरी सुंदर मुलीचा फोटो मला दाखवून..." तो थांबला आणि अवंढा गिळून म्हणाला, "असली थट्टा सोसण्याचं त्राण नाही मला..."

वहिनी जवळ आली आणि त्याच्या पाठीवरून हात फिरवीत म्हणाली,

"भावोजी, तुम्ही स्वप्नात नाही. जागे आहात. उद्या लग्न झाल्यावर, हवं तर, तिला चांगला चिमटा घ्यायला सांगा आणि आपली खात्री करून घ्या."

पण प्रतापला या थट्टेने गुदगुल्या झाल्या नाहीत. तो काही क्षण स्तब्ध राहिला. मग चाचरत म्हणाला,

"पण वहिनी, मी-माझा-या मुलीला सारं खरं खरं सांगितलं आहेस तू?"

"सारं ठाऊक आहे तिला. तुमच्या पराक्रमाचं वर्णन तिनं कधीच पाठ करून ठेवलं होतं. मोठी शहाणी आहे मुलगी. तुम्ही काही काळजी करू नका. तुम्हाला विडा फार आवडतो, हेसुद्धा तिनं माझ्याकडून काढून घेतलंन्. तिचा पहिलाच विडा असा रंगेल म्हणता— ते जाऊ दे. उद्या आपल्याला इथून निघायला हवं. परवाचा गोरज मुहूर्त धरला आहे. तोपर्यंत आता लगीनघाई तुमची नाही, माझी आहे! तुम्ही येईपर्यंत कसा जिवात जीव नव्हता माझा. तुम्ही आला नसता तर— पण वहिनी आजारी आहे, असं कळल्यावर तुम्ही आल्याशिवाय राहणार नाही, अशी खात्रीच होती माझी!"

वहिनी निघून गेल्यावर प्रताप टेबलावरल्या फोटोकडे निरखून पाहू लागला. शंभरांत उठून दिसेल अशी मुलगी होती ती! त्या देखण्या मुलीने आपल्याशी लग्न करायला कशी संमती दिली?

तो खोलीत येरझारा घालू लागला. नाही नाही ते विचार त्याच्या मनात गर्दी करू लागले. रात्रीच्या नि:शब्द शांततेत कुठलाही आवाज ऐकला की, चोराचा संशय येतो ना? तशी त्याची स्थिती झाली— या मुलीचा चेहरा मोठा गोड आहे. पण हिच्या अंगावर कुठे कोडबीड तर नसेल ना? त्यामुळेच ही मुलगी कुठे खपली नसेल! लगेच त्याच्या मनात आले, विद्रूप चेहऱ्याच्या पुरुषाने मुलीच्या अंगावर चार पांढरे डाग असले, तर त्याची इतकी काळजी का करावी? छे! ही सुरेख मुलगी जाणूनबुजून आपल्या गळ्यात माळ घालायला तयार झाली आहे! याच्या मुळाशी

काहीतरी गूढ आहे. एक विचित्र गोष्ट त्याला एकदम आठवली. अशीच एक सुंदर मुलगी होती. तरुण तिच्याभोवती लाळ घोटीत फिरायचे, तीही स्वच्छंदपणाने वागायची. शेवटी तो खेळ तिच्यावर उलटला. तिला दिवस गेले. अशाबाबतीत नावाजलेल्या एका डॉक्टराने तिची सुटका केली. मग बापाने ती मुलगी एका सुमार रूपाच्या सामान्य मनुष्याच्या गळ्यात कशीबशी बांधली. तशी काही फसवणूक इथं नसेल ना? आपल्याला विडा आवडतो; पण तो असा उष्टावलेला असेल तर— आपली वहिनी आहे भोळी! दिराला सुरेख बायको मिळतेय, म्हणून ती हुरळून गेली असेल पण इथं काही पाणी मुरत असेल तर? गळ्यात पडणारी ही लग्नाची माळ नागीण ठरली तर?

एखाद्या मुलाने किल्ल्यांचा घोस हाती घ्यावा, एकेक किल्ली फडताळाच्या कुलपात घालून ती चालवून पाहावी; पण त्या घोसात त्याला हवी असलेली किल्ली सापडू नये, तशी प्रतापची मन:स्थिती झाली. ज्यांचा उच्चार त्याला वहिनीपाशी करणे अशक्य होते, अशा नाना शंकाकुशंका त्याच्या मनात आल्या. अनामिक भीतीच्या चित्रविचित्र सावल्यांनी त्याचे मन झाकळून गेले.

अशा भ्रमिष्ट स्थितीतच प्रताप वधूच्या गावी आला. आल्यावर तो अधिकच अस्वस्थ झाला. आता इथे अनेक परकी मंडळी येणार-जाणार! आपल्या चेहऱ्याकडे पाहणार! एकमेकांत कुजबुजणार! या कल्पनेने तो बेचैन झाला. या खेडेगावात लग्न होण्यापूर्वीच आपली काय विटंबना होईल, देव जाणे! जावई कसा आहे, हे पाहण्याकरता म्हाताऱ्या-कोताऱ्या बाया येतील. वधूपक्षाकडे बुड्ढे पुरुष येतील. वहिनीने त्यांना फक्त आपला फोटो दाखविला आहे. पण फोटोतले कुरूपपण वेगळे आणि ते प्रत्यक्षात पाहणे निराळे! आपल्याला पाहून जाणाऱ्या मंडळींपैकी कुणीतरी मुलीपर्यंत जाऊन तिखटमीठ लावून सारे सांगितले, तर ती बोहल्यावर उभी राहायला तरी तयार होईल का? तिने आयत्या वेळी असे काही केले आणि खाली मान घालून वहिनीला परत जावे लागले तर?

छे! छे!! छे!!! वहिनी उगीच या नसत्या फंदात पडली! तिने भलती घाई केली. सारे परस्पर ठरवून केवढा घोटाळा केलाय तिने!

हे सारे मनात घोळू लागताच प्रताप अतिशय बेचैन झाला.

"मी थोडा फिरून येतो हं." असे वहिनीला सांगून तो बाहेर पडला.

"तुम्ही कितीही फिरलात, तरी तुमच्या राणीचं नखसुद्धा दृष्टीला पडणार नाही तुमच्या आता..." अशी वहिनीने थट्टा केली; पण ती ऐकून काही त्याला हसू आले नाही.

गाव लहानच होते; पण सुखवस्तू दिसत होते. पानमळ्यांनी त्याचे सौंदर्य वाढविले होते. ते पानमळे पाहता पाहता त्याच्या वहिनीने विड्यावरून केलेल्या

थट्टेची पुन्हा आठवण झाली.

फिरत फिरत तो खूप लांब गेला. एक भलामोठा माळ पुढे पसरला होता. त्यावर खुरटे, किंचित पिवळे पडलेले गवत दिसत होते. गुरे इकडेतिकडे स्वच्छंदाने चरत होती— कळपांनी, एकटी. गुराखी पलीकडच्या झाडावर चढून त्याची पाने तोडीत होता. माळाच्या अगदी दूरच्या टोकाला कसला तरी चौथरा दिसत होता. इथेच काही वेळ स्वस्थ बसावे, असे प्रतापच्या शांत मनाला वाटले. तो इकडेतिकडे पाहू लागला. दूर एक मोठा दगड पडलेला दिसला. त्याच्यावर तो बसणार, इतक्यात झाडावरून त्याला आवाज ऐकू आला,

''ए बाबा! तुला बसायला काय दुसरी जागा न्हाई? मस्त माळ पसरलाय की!''

तो दगड इथल्या गुराख्यांचा देवबीव असेल, असे प्रतापच्या मनात आले. इतक्यात तो गुराखी त्याच्याकडे धावतच आला. तो रागारागाने त्याला म्हणाला,

''काय रे पावण्या, तुला डोळंबिळं हायत की न्हाईत?''

प्रतापला त्याच्या उर्मट बोलण्याचा राग आला. पण त्याने शांतपणाने विचारले, ''इथं का रे बसायचं नाही?''

गुराखी गंभीरपणाने उत्तरला,

''त्यो सादा दगड न्हाई, बाबा! ही सतीची शिळा होय, शिळा!''

''सती? कुठली सती?''

तो पोरगेला तरुण हसत म्हणाला,

''हे सारं लिहिनं-वाचनं येनाऱ्या मानसाला इचार, जा. हे सारं ठावं असतं, तर हतं गुरं वळत कशापायी बसलो असतो मी?''

माळ ओलांडून प्रताप पलीकडे गेला. उगीचच चालत राहिला. जणू आपल्या मनाचे विचित्र दु:ख मागे टाकून तो कुठेतरी दूर दूर पळून जात होता!

पुन्हा पानमळे दिसू लागले. उदास विचारांच्या पिंजऱ्यात फडफडत बसलेले त्याच्या मनाचे पाखरू भुर्रकन उडाले आणि पत्नीच्या पहिल्या भेटीगाठीच्या स्वप्नापाशी जाऊन पोहोचले. सलज्ज उभी असलेली तिची मूर्ती प्रतापला मोठी आकर्षक वाटली. भांबावून गेलेल्या मन:स्थितीतच हातात विडा घेऊन ती तशीच उभी आहे, तिला मान वर करून पाहण्याचा धीरही होत नाही, असे चित्र त्याला दिसू लागले. मग त्याने हळूच तिचा हात हातात घेतला.

'इतकं भ्यायला काय झालं? मी काही वाघबीघ नाही. वाघाला गोळी घालणारा शूर शिपाई आहे मी,' असे तो हसत म्हणाला. तिच्या हातातून हिरवागार विडा हळूच घेऊन त्याने तो तोंडात टाकला. विडा चघळीत तो आरशापुढे येऊन उभा राहिला. विडा रंगला आहे की नाही, हे त्याने आरशात पाहिले. मग तिला ओढतच

त्याने आरशापुढे नेले आणि तो म्हणाला,

'मी उगीच भ्यालो होतो. या लग्नात काहीतरी फसवणूक आहे, असं वाटत होतं मला. पण छे! तसं काही नाही! तुझं माझ्यावर खरंखुरं प्रेम आहे. हा रंगलेला विडाच सांगतोय ना? त्याच्यासारखा साक्षीदार जगात दुसरा मिळणार नाही.'

एका वाटसरूने प्रतापला हटकले. प्रताप आपल्या दिवास्वप्नातून जागा झाला. थांबला. जवळ येत वाटसरू म्हणाला,

"काय राव, काय काडीबिडी हाय का जवळ?"

प्रतापने नकारार्थी मान हलविली. त्याबरोबर तो मोठ्याने हसला आणि म्हणाला,

"छान झालं! एकादशीच्या घरी शिवरात्र आली!"

आता प्रतापही परत फिरला. त्या वाटसरूबरोबर गोष्टी करीत चालू लागला. मोठा गोष्टीवेल्हाळ होता तो गृहस्थ! भोवतालच्या दहा-पाच खेड्यांतला गावमामा असावा तो! आपण आजच्या लग्नातले नवरदेव आहो, हे काही त्याला प्रतापने सांगितले नाही. साहजिकच आजच्या लग्नाच्या गोष्टी निघताच प्रवाशाच्या तोंडाचा पट्टा तिकडे वळला. तो सांगू लागला :

"अहो, या इनामदारांचं घराणं फार मोठं आहे; पण या घरातलं आजचं लग्न कसं पार पडतंय, कुणाला ठाऊक! त्या पोरीची आजी तर हे लग्न होऊ द्यायचं नाही, म्हणून हट्ट धरून बसलीय, म्हणे! तशी वेडसरच आहे म्हणा ती! या घराण्यातच आहे म्हणे ते. अहो, कुणाचे तरी गळे कापले असतील इनाम मिळवायला. ती भुतं बसतात मग उरावर नि वेडं शिरतात अशी घरात! चार दिवसांपूर्वी म्हातारीनं विहिरीत उडी टाकली होती, म्हणे! वेळेवर काढली तिला, म्हणून बरं. पटकन प्राण गेला असता, तर आजच्या लग्नाचे तीनतेरा झाले असते!"

प्रवासी बडबडत होता. पाखरू जसे झाडाच्या एका फांदीवरून दुसऱ्या फांदीवर, एका झाडावरून दुसऱ्या झाडावर मजेने उडत असते, तसा तो आपल्या बोलण्यात साऱ्या पंचक्रोशीतल्या महत्त्वाच्या बातम्यांचा परामर्श घेत होता. अधूनमधून 'हूं' म्हणण्यापलीकडे प्रतापला दुसरे काही करावे लागत नव्हते. कुठल्या गावात कोण बाई छिनाल आहे, कुणी कुठे डबोले पुरून ठेवले आहे, देवळातल्या कीर्तनाला डोळे मिटून बसणारा कोण म्हातारा किती ढोंगी आहे, गतवर्षी नदीला केवढा पूर आला होता, तेवढा पूर पूर्वी किती वर्षांत आला नव्हता. पलीकडच्या गावातल्या बाईला झालेले तिळे अजून जिवंत कसे आहे? एक ना दोन, अनेक गोष्टी त्याच्या पोतडीत होत्या! प्रतापच्या मनात आले— एखाद्या दैनिकाच्या संपादकवर्गात बातम्यांच्या कामावर नेमायला लायक इसम आहे हा!

वाट फुटताच प्रवासी प्रतापचा निरोप घेऊन चालू लागला. प्रताप हळूहळू

जानोशाच्या जागी येऊन पोहोचला. मात्र प्रत्येक पावलाला त्याच्या डोक्यात चित्रविचित्र कल्पना येत होत्या. एखाद्या दुष्ट चेटकिणीने क्षणाक्षणाला एखाद्या वस्तूचे रूप बदलवून टाकावे, तसे मन त्या कल्पनांनी बदलत होते. 'मुलीच्या आजीला हे लग्न नकोय!' ते का? आजी वेडसर आहे! म्हणजे या घराण्यात आनुवंशिक वेडबीड आहे, की काय? ही मुलगी वेडसर तर नसेल ना? ब्रह्मदेव मोठा विक्षिप्त प्राणी आहे! तो एखाद्या मुलीला अप्सरेसारखे रूप देतो; पण त्याचबरोबर त्या साऱ्या रूपावर बोळा फिरविणारे काहीतरी वैगुण्य तिच्या ठिकाणी निर्माण करतो. अमृताच्या वागणुकीमुळे बिथरलेले आपले मन स्थिर व्हावे, तारुण्याच्या ओढीबरोबर किंवा मनाच्या निराशेबरोबर आपण कुठेतरी वाहत जाऊ नये, अमृताची सलगी म्हणजे खरे प्रेम नव्हे, हे आपल्याला पटावे, म्हणून वहिनीने हा घाट जुळवून आणला, हे उघड आहे; पण वहिनी भोळी आहे. दादा तर शुद्ध शंकराचे अवतार! ही खेडेगावातली मंडळी मोठी बिलंदर असतात. यांनी त्या दोघांना सहज बनविले असेल.

कुणी झाले, तरी आपले वैगुण्य दुसऱ्याला उघड करून कसे सांगेल? आणि तेही लग्न जमवायच्या वेळी! ज्याला आपला बरा-वाईट माल बाजारात खपवायचा आहे, त्याला त्याची तारीफ करायलाच हवी! दिराच्या लग्नासाठी उतावीळ झालेल्या वहिनीने हा सारा घाट जमविताना आपल्याला कुणी फसवीत नाही ना, याची काही काळजी घेतली असेल का? आपला फोटो तिने त्या मुलीला दाखविला, असे ती म्हणत होती. त्या फोटोत आपल्या चेहऱ्यावरले डाग काय त्या मुलीला दिसले नसतील? ते दिसून तिने या लग्नाला संमती दिली असेल? छे! हे शक्य आहे काय? लहान मूल जसे सुंदर बाहुलीकडे धाव घेते, तसे तरुण मन रूपावर मोहून जाते! तसे नसते, तर आपण तरी त्या नटव्या अमृतावर इतके कशाला भाळलो असतो? असा काय तिचा मोठा गुण आपल्याला कळला होता? अनुभवाला आला होता? छे! ते प्रेम नव्हते; ती मदनबाधा होती!

पण या मुलीने आपल्यावर प्रेम करावे! आपल्या चेहऱ्याच्या कुरूपपणाकडे दुर्लक्ष करावे. इतका आपला तिचा तरी कुठे परिचय आहे? साधी तोंडओळख नाही अजून. मग तिने मुकाट्याने या लग्नाला मान्यता का दिली असेल? कुठेतरी, काहीतरी पाणी मुरतंय खास!

गोरज मुहूर्तावर वधूवरांनी एकमेकांच्या गळ्यात माळा घातल्या. पुढला लग्नविधीही गंभीरपणाने पार पडला. हे सर्व प्रताप डोळ्यांनी पाहत होता. हातांनी जरूर त्या गोष्टी करीत होता; पण आपण जे पाहत आहो, ते स्वप्न नाही ना, असे पळापळाला त्याला वाटत होते. इतकी सुरेख मुलगी—

एखादा सुंदर गगनचुंबी मनोरा उभारावा आणि तो उभारल्यावर कुणीतरी

शास्त्रज्ञाने ज्या भूमीवर तो मनोरा उभारलेला आहे, ती धरणीकंपाच्या पट्ट्यात येणारी आहे, असे सांगावे, तसे काहीतरी प्रतापला सारखे वाटत होते! मन हुरहुरत होते.

सर्व विधी संपल्यावर वहिनी प्रतापच्या कानाशी लागली आणि म्हणाली,

"भावोजी, इथला एक कुळाचार आहे. लग्न होताच नवऱ्यामुलीनं एकांतात पतीला विडा द्यायचा. तेवढा झाला, म्हणजे संपलं!"

या कुळाचाराच्या निमित्ताने आपली आपल्या पत्नीची लगेच एकांतात गाठ पडणार, या कल्पनेने प्रतापचे मन गोंधळून गेले. दुसऱ्या मनाला वाटले,

'होतंय, हे बरंच होतंय. एकदा सोक्षमोक्ष तरी होऊन जाईल. हे लग्न तिला नकोय, अशी शंका आपल्याला आली, तर त्याच क्षणी आपण बाहेर पडायचे!'

मात्र शृंगारलेल्या खोलीच्या दारातून आत पाऊल टाकताच त्याचे सारे धैर्य डळमळू लागले. आपल्या पुढ्यात दैव कोणते ताट वाढून ठेवणार आहे, त्यात अमृताचा प्याला आहे की विषाचा प्याला आहे, याचा त्याला अंदाज लागेना! स्वर्ग आणि नरक यांच्याकडे जाणारे दोन रस्ते जिथे फुटतात, अशा विचित्र जागी त्या क्षणी तो उभा होता. त्याला पुढे जाववेना. मागे येववेना! त्याचे सारे शौर्य, सारे धैर्य या वेळी निरुपयोगी होते. तो तसाच स्तब्ध उभा राहिला.

पलंगावर त्याची पत्नी खाली मान घालून बसली होती. त्याची चाहूल तिला लागली असावी. तिने क्षणभर वर पाहिले. पुन्हा खाली मान घातली. आपल्या उजव्या हाताची मूठ तिने घट्ट मिटून घेतलेली दिसली. डाव्या हाताने ती पदर सावरण्याचा चाळा करीत होती.

काही क्षण ती तशीच बसून राहिली. मग तिने पुन्हा हळूच वर पाहिले. ती क्षणभर गोंधळली. मग उठली. हळूहळू पावले टाकीत ती त्याच्यापाशी आली. ती मधुर, सलज्ज स्वराने म्हणाली,

"विडा घ्यायचा ना?"

प्रताप काहीच बोलला नाही. त्याने आपला उजवा हात पुढे केला. घामाने ओली झालेली तिच्या उजव्या हाताची नाजूक बोटे हाताच्या तळव्याला लागली. प्रतापने त्या विड्याकडे पाहिले. अगदी सुकलेला विडा होता तो!

याचा अर्थ?

त्याच्या मनात पिंगा घालणाऱ्या साऱ्या शंकाकुशंका उसळून वर आल्या. या लग्नात काहीतरी गौडबंगाल आहे. हा सुकलेला विडा हे त्या विचित्र भयंकर रहस्याचे उघडउघड चिन्ह होते! नाहीतर कुठली नववधू आपल्या पतीला असा सुकलेला, वाळून कोळ झालेल्या पानांचा केलेला विडा देईल?

त्या सुकलेल्या विड्याचा अर्थ आपल्याला कळला, हे तिला सांगण्यासाठी प्रताप म्हणाला,

“ठीक आहे. जातो मी! तुझ्या आयुष्यात चुकून आलो मी! क्षमा कर मला. दुसऱ्याच्या मनातल्या जाळावर स्वत:चं सुख शिजवून घेणारा मनुष्य मी नाही. देव तुला सुखी ठेवो!”

तो विडा ताडकन फेकून निघून जावे, असे त्याला वाटले; पण ते धैर्य त्याला झाले नाही. इतक्यात त्याची पत्नी त्याच्या खांद्यावर हात ठेवून म्हणाली,

“या सुकलेल्या विड्याचा का स्वारीला इतका राग आला? पण— पण आमचा कुळाचार आहे तो!”

“कुळाचार? वा रे कुळाचार!”

“अशी थट्टा करू नये या गोष्टीची! या कुळाचाराची कथा कुणी सांगितली नाही तुम्हाला?”

“नाही.”

ती चाचरत म्हणाली,

“वडील माणसं विसरली वाटतं सांगायला! जरा पलंगावर बसायचं होतं माझ्यासाठी—” तिने त्याचा हात धरून त्याला पलंगावर बसविले. मग त्याच्या हातातल्या विड्याकडे पाहत ती म्हणाली, “सतीच्या कुळातली मुलगी आहे मी. या कुळातल्या मुलींना लग्न होताच नवऱ्याला विडा देऊन निरोप द्यायचा कुळाचार पाळावा लागतो. साधा विडा नाही; सुकलेला विडा!”

प्रतापला तिचे हे सारे बोलणे गूढ वाटू लागले. लग्न झाल्यावर लगेच पतीला निरोप द्यायचा! तो निरोप द्यायचा विडा देऊन! आणि तो विडा कसला? तर सुकलेला! या साऱ्या गोष्टीचे रहस्य त्याला कळेना! तो पत्नीकडे टकमक पाहत राहिला. ती पुढे सांगू लागली,

“प्रेम करायचं, ते माणसाच्या गुणांवर, त्याच्या शूरपणावर, अशी सतीची शिकवण आहे या कुळाला. लहानपणी ही सतीची गोष्ट मला फार फार आवडायची. आजोबा ती पुन:पुन्हा मला सांगायचे. मग मला वाटायचे, सतीच्या कुळात मी जन्माला आले— तिच्यासारखी पराक्रमाची पूजा करायची संधी मला मिळेल का? मी मोठी झाले. मोठेपणीही हा ध्यास धरला होता. देवाच्या दयेनं—”

तिच्या बोलण्यात विलक्षण आर्तता होती; पण तेवढ्याने काही प्रतापच्या मनाला पडलेला पीळ उलगडला नाही. त्याने रूक्ष स्वराने विचारले,

“पण या विचित्र कुळाचाराचा अर्थ काय? सुकलेला विडा कशासाठी द्यायचा नवऱ्याला?”

“फार फार जुनी गोष्ट ही सतीची. आमच्या घराण्याला अजून अभिमान आहे तिचा. त्या काळी फार मोठं वैभव होतं या घराचं. सतीचं लग्न थाटामाटानं झालं. लग्नविधी सुरू असतानाच शत्रू चाल करून येत असल्याची बातमी आली. ती

ऐकून नवरदेव अस्वस्थ झाले. त्यांनी घाईघाईनं सारा लग्नविधी संपविला. रात्री दोघांची पहिलीवहिली भेट व्हावी आणि दुसरे दिवशी पहाटे पतिराजांनी शत्रूला तोंड द्यायला जावं, असं ठरलं. त्या दोघांच्या मीलनासाठी महाल शृंगारला, वधू नटूनथटून महालात येऊन बसली. पतीची उत्कंठेने वाट पाहू लागली. तोही महालाकडे यायला निघाला. इतक्यात दुसरी बातमी आली, शत्रू जवळच्या वाटेनं पुढं सरकला आहे. कदाचित रात्रीच गावावर तो हल्ला करील. ते ऐकताच महालाच्या दारातून तो शूर पती परत वळला. 'शत्रूचा पराभव करून चार प्रहरांत येतो,' असा त्यानं आपल्या पत्नीला निरोप पाठविला. त्याला देण्याकरिता तयार केलेला गोविंदविडा हातात घेऊन ती त्याची वाट पाहत मंचकावर तशीच बसून राहिली. रात्रीचा दुसरा प्रहर लोटला, तिसरा संपला, चौथा संपत आला. पूर्वेकडे तांबडं फुटलं. तरी ती महालात मंचकावर तो विडा हातात घेऊन तशीच बसून राहिली. विजयी होऊन आपला पती आता परत येईल, असे क्षणाक्षणाला तिला वाटत होते. शेवटी जासूद आला. विजयाची बातमी घेऊन आला. शत्रूचा पराभव झाला होता. त्याला पिटाळून लावलं होतं, पण...''

तिला पुढे बोलवेना. तिच्या डोळ्यांत पाणी उभे राहिले. तिचा कंठ भरून आला.

प्रतापने उत्सुकतेने विचारले,

''पुढं काय झालं?''

मन कसेबसे स्थिर करीत ती सांगू लागली.

''पतीला द्यायला पहिलावहिला विडा हातात घेऊन, रात्रभर तो मुठीत घट्ट धरून, नवरी मुलगी तशीच बसली होती. आपला पराक्रमी पती लढाईत पडल्याची बातमी ऐकून ती काही वेळ अगदी मुकी झाली. मग शांतपणे म्हणाली, 'माझी दुसरी काही काही इच्छा राहिली नाही. मी वीरपत्नी झाले, हे केवढं माझं भाग्य! पण, पण त्यांना विडा द्यायचा राहिलाय! विडा न घेताच स्वारी स्वारीवर गेली. हा विडा त्यांना द्यायला हवा. मी तो त्यांना देणार आहे. नि मग हळूच कानात सांगणार आहे,

'प्रेमाच्या माणसानं दिलेला विडा कसा रंगतो, ते पाहा.'''

बोलता बोलता प्रतापची पत्नी स्फुंदू लागली. जणू मधली अनेक शतके ओलांडून ते दृश्य तिच्यापुढे मूर्तिमंत उभे राहिले होते. प्रतापचा सारा जीव आता त्याच्या कानांत गोळा झाला. त्याने विचारले,

''तो विडा दिला तिनं?''

ती उत्तरली,

''दिला ना! तो विडा तिच्या मुठीत अगदी सुकून गेला होता; पण तो

पहिलावहिला विडा होता. तिच्या प्रेमाचा विडा होता. तोच तिनं सती जाताना दिला. दोघांकरता रचलेल्या चितेवर पतीचं मस्तक मांडीवर घेऊन ती बसली. मग हजारो लोकांच्या साक्षीनं तो विडा तिनं त्याला दिला. अग्नीच्या ज्वाळांनी रंगला तो विडा!''

हुंदके देत देत तिने एकदम त्याचे पाय धरले. तिला उठवून सद्गदित स्वराने प्रताप म्हणाला,

''छे! छे! मीच तुझे पाय धरायला हवेत!''

■

१९५९

माणूस

गाडी सुटली. सुस्कारा सोडून मी बाकावर बसलो. मोठ्या कष्टाने दोन दिवसांची रजा मिळविली होती मी! त्यामुळे ही सकाळची गाडी साधायलाच हवी होती. लवकरच उठायचे, म्हणून उशाशी गजर लावून ठेवला होता; पण हल्ली यंत्रेही माणसासारखीच झोपाळू झाली असावीत! पहाटे गजर झालाच नाही! पहिली गाडी चुकते, असे वाटू लागले. माझी अगदी त्रेधातिरपीट उडाली. ताळेबंद जमविताना होते ना? तशी!

अचानक पुण्याला जाऊन नानाच्या पुढे उभे राहायचे आणि वहिनींना म्हणायचे,

"शालीसाठी मी स्थळं बघत नाही, म्हणून तुम्ही कुरकुरत होता ना? हा घ्या जावई, कसं दृष्ट लागण्यासारखं स्थळ आहे, बघा! पत्रिकेची जरुरी नाही. हुंडा म्हणून पै द्यायला नको!"

हे ऐकून वहिनी चकित होऊन माझ्याकडे कशा पाहू लागतील, नाना माझ्या पाठीवर कशी थाप मारील आणि दारातच उभी असलेली शाली कशी खुलून जाईल, याचे चित्र काल दिवसभर मी मनात रंगवीत होतो. त्यामुळे गाडी चुकणार, असे वाटू लागताच मी गडबडलो. न्हाणीघरात नवऱ्या मुलाच्या फोटोची आठवण झाली. रात्री आमची ही त्याची परीक्षा करीत बसली होती. सकाळी उठल्यावर तो फोटो बॅगेत ठेवायला मी विसरलो होतो. म्हणून न्हाणीघरातूनच मी ओरडून सांगितले होते,

"फोटो माझ्या पिशवीत ठेव गं."

गाडी पहिल्या फाटकाबाहेर पडली. खाडखाड आवाज करीत धावू लागली. माझे काळीज एकदम धाडधाड उडू लागले. खाण्यापिण्याच्या धांदलीत बायकोने पिशवीत फोटो ठेवला आहे की नाही, हे पाहायला मी विसरलोच होतो! मी निघालो होतो नवऱ्या मुलाचा फोटो दाखवायला! तोच घरी राहिला असला तर?

खालच्या बॅगेवर ठेवलेली पिशवी मी भीतभीतच पाहिली. कागदात गुंडाळलेला

फोटो आत आहे, असे दिसताच माझा जीव भांड्यात पडला.

मी खिडकीपाशी बसलो. मागे पडत चाललेल्या गावाकडे पाहू लागलो. गाव आता दूर राहिले होते. फक्त देवीच्या देवळाचा कळस उन्हात चमचम करीत होता. बोटातल्या अंगठीसारखा! जवळच गिरणीच्या धुराड्यातून निघणारा धूर वर वर जाऊन विरळ होत होता.

आत वळून मी पिशवीतला फोटो बाहेर काढला. हसत हसत तो उघडला. पाहतो, तो ते दोन फोटो होते. एक शालीचा आणि दुसरा तिच्यासाठी मी शोधून काढलेल्या मुलाचा— प्रभाकर आपट्याचा.

वेळ घालवायला काहीतरी चाळा हवाच होता! ते दोन्ही फोटो जवळजवळ ठेवून मी त्यांच्याकडे पाहू लागलो. शालिनीचे हसरे, बोलके डोळे किती मोहक दिसत होते! या डोळ्यांवर खूश होऊनच प्रभाकराने तिचा फोटो पसंत केला होता. प्रभाकरातही तसे काही वैगुण्य नव्हते. फक्त डोळ्यांना चश्मा होता!

एखाद्या लहान मुलीने बाहुल्याजवळ बाहुली ठेवून त्यांच्या लग्नाचा बेत ठरवावा ना? हे जोडपे किती अनुरूप दिसेल, याचा मीही तसाच विचार करू लागलो. शाली ही नानाची थोरली मुलगी. त्याच्या गांधीवादी तत्त्वज्ञानाच्या तालमीत वाढलेली. सोळाव्या वर्षी हिमालयात जायचे विचार तिच्या मनात घोळू लागले होते. त्यावेळी कुणी आचार्य नानाच्या घरी पाहुणे म्हणून उतरले होते. शालीने त्यांच्याकडे संदेश मागितला. आचार्यांनी लिहून दिले,

'पुरुषावलंबिनी होऊ नकोस. ब्रह्मवादिनी हो.'

शाली ते ब्रह्मवाक्य मानून वागू लागली!

सुदैवाने तिची ती लहर लवकरच ओसरली; पण अशा संस्कारांत वाढलेल्या मुलीला सुख लागेल, असे स्थळ शोधणे सोपे काम नव्हते. हा प्रभाकर आपटे अगदी योगायोगाने भेटला मला. खेड्यात काम करायचे, म्हणून शहरातली नोकरी सोडून तिथे जाऊन राहिलेला, घरचा सुखवस्तू. पत्रिका पाहायची नाही नि हुंडा घ्यायचा नाही, अशी प्रतिज्ञा केलेला! आपल्या शाळेच्या कामाकरता म्हणून तो चार दिवसांपूर्वी आमच्या कचेरीत आला आणि दैव शालीच्या बाजूचे झाले होते, हेच खरे!

त्या दोन फोटोंकडे पाहत मी म्हणत होतो,

'नानाला, वहिनींना किंवा शालीला नापसंत होण्यासारखं या स्थळात कोणतं वैगुण्य आहे?'

मनातल्या मनात मी त्या दोघांचे लग्नही लावले; पण लगेच मला वाटले, हे लग्न जमेलच, अशी खात्री कोण देणार? शाली आता मोठी झाली आहे. बी.ए. झाल्यावर ती नोकरी करू लागली होती. गेल्या दोन वर्षांत या निमित्ताने तिची

एखाद्या माणसाशी सलगी झाली असली तर? प्रीतीची पाऊलवाट सरळ थोडीच असते! कदाचित त्यांचे प्रेम जमून लग्नाचा मुहूर्तही ठरला असेल! दिग्विजय केल्याच्या कल्पनेने आपण प्रभाकराचा फोटो घेऊन नानाकडे जातोय! पण याच वेळी नानाने पोस्टात टाकलेली शालीची लग्नपत्रिका आपल्या घरी येऊन पडली नसेल कशावरून? दैव म्हणून एक विचित्र, लहरी शक्ती या जगात आहेच ना? बुद्धिबळातला उंट तिरकस चालतो, घोडा अडीच घरे जातो! या चाली विचित्र असल्या, तरी त्या नियमाने बांधलेल्या आहेत. पण दैवाच्या चालीत जगातल्या सर्व नागमोडी आणि वेड्यावाकड्या चालींचे मिश्रण झालेले असते!

हा विचार मनात येताच कालपासून ज्या उत्साहाच्या लाटेवर मी तरंगत होतो, ती एकदम फुटली. ध्यानीमनी नसताना एखादा लहानसा दगड लागून मोटारीच्या चाकातली हवा नाहीशी व्हावी ना? तशी माझ्या मनाची स्थिती झाली.

गाडीचा वेग मंद झाला. कुठले तरी स्टेशन आले होते. मी फोटो पिशवीत घातले. पिशवी बाकाखालच्या बॅगेवर सरकवून ठेवली. गाडी थांबताच दार उघडून इकडेतिकडे डोकावून पाहू लागलो. कुणी ओळखीचे भेटले असते, तर गप्पागोष्टींत सहज वेळ गेला असता! पण कुणी ओळखीचे दिसेना. इतक्यात वर्तमानपत्रे विकणारा एक पोरगा ओरडत समोरून जाऊ लागला. लहान मूल तोंडात दिलेले बूच चोखत स्वस्थ पडते ना? माझ्या मनालाही वेळ घालविणारे तेथे एखादे खेळणे हवे होते. मी एक दैनिक घेतले. गाडी सुटल्यावर ते चाळू लागलो. बऱ्या-वाईट पुष्कळशा बातम्या वाचल्या. खुनाच्या, आत्महत्येच्या, व्यभिचाराच्या! शिसारी आल्यासारखे झाले.

मधेच एक फोटो दिसला. दाढी थोडी वाढलेली, अंगावर खादीची शाल, डोक्याचे केस थोडे काळे, थोडे पांढरे! डोळे जणूकाही जगातल्या परमतत्त्वाचा शोध करणारे! मी फोटोजवळचा मजकूर वाचू लागलो. दामले गुरुजींची प्रकृती फार बिघडली असल्याची बातमी होती ती!

दामले गुरुजी! हे नाव कुठेतरी ऐकल्यासारखे वाटले. लगेच आठवण झाली. शाली बी.ए. झाली, त्या वर्षी एका लग्नासाठी मी पुण्याला गेलो होतो. त्यावेळी नानाच्या तोंडून दोन-चारदा हे नाव माझ्या कानी पडले होते. दामले गुरुजींचे वक्तृत्व म्हणजे नुसता धबधबा, दामले गुरुजींची दिनचर्या म्हणजे घड्याळ, असले आदराचे उद्गार मी त्याच्या तोंडून त्यावेळी ऐकले होते. हे गुरुजी कुठे आजारी आहेत, हे पाहण्यासाठी ती बातमी मी पुन्हा नीट वाचू लागलो. ते नीरा स्टेशनजवळच्या आपल्या आश्रमातच होते. त्यांचे कुणी लक्षाधीश भक्त त्यांना मुंबईला नेण्यासाठी आले होते. पण दामले गुरुजी त्यांच्याबरोबर गेले नाहीत. ते त्यांना म्हणाले,

"ही माती या आश्रमातल्या मातीतच पडली पाहिजे."

दामले गुरुजी इतके आजारी आहेत, तेव्हा नानाही कदाचित त्यांच्या समाचाराला गेला असेल! माझ्या मनाचा गोंधळ उडाला. नानाची आणि आपली गाठ नाही पडली तर? मग काय करायचे? या गुरुजींना याच वेळी अत्यवस्थ व्हायला कुणी सांगितले होते? उगीचच त्यांचा राग आला मला! मी ते वर्तमानपत्र घुश्शातच पिशवीत कोंबले!

गाडी वेळेवर पुण्याला पोहोचली. मला हा मोठा शुभशकुन वाटला. दामले गुरुजींच्या समाचाराला नाना गेलेला नाही, अशी खात्री झाली. मुले आता झोपली असतील; पण आपण दत्त म्हणून दारात उभे राहिलो की, नाना, वहिनी व शाली यांच्या मुद्रा आनंदाने कशा फुलून जातील, याचे चित्र रंगवीत मी नानाच्या घरापुढे रिक्षातून उतरलो. मला पाहून नाना चकित झाला. वहिनी 'अगंबाई! भावोजी!' म्हणून लगबगीने आत निघून गेल्या. त्या बहुधा स्टोव्ह पेटवायला गेल्या असाव्यात. आतूनच त्यांनी विचारले,

"चहा टाकू ना, भावोजी? चहाच्या पाठोपाठ पिठलं-भात करते.''

थोडी मौज करावी, म्हणून मी उद्गारलो,

"काही नकोय मला. पोट कसं तुडुंब भरलंय!''

स्वयंपाकघराच्या दारात येत वहिनी म्हणाल्या,

"कुणी मेजवानी दिली वाटतं गाडीत?''

नाना मधेच हसत म्हणाला,

"कुणी? गार्डानं की ड्रायव्हरनं?''

मी हसत उत्तरलो,

"गाडीत झोपलो होतो मी. त्या झोपेत एक स्वप्न पडलं मला. तुम्ही दोघं माझ्या पानात आग्रह करकरून मोतीचुराचे लाडू वाढत आहा, द्रोण पुन:पुन्हा मठ्ठ्यानं भरीत आहा—''

नाना मोठ्याने हसत म्हणाला,

"हे बघ अण्णा, स्वप्नात हरिश्चंद्रानं विश्वामित्राला राज्य दिल्याची कथा ठाऊक आहे मला; पण स्वप्नात मेजवानी झोडून प्रत्यक्षात तृप्त झालेला प्राणी मात्र अजून पाहिलेला नाही मी!''

"पण मी झालोय ना तृप्त! शालीच्या लग्नाची मेजवानी होती ही, बाबा!''

माझे शब्द ऐकताच त्या दोघांचेही चेहरे एकदम उतरले. नवराबायकोंनी एकमेकांकडे विचित्र दृष्टीने पाहिले. मग भिंतीपाशी उभा असलेला नाना मागे टेकून दुसरीकडे पाहू लागला. स्वयंपाकघराच्या दारात उभ्या असलेल्या वहिनी दाराचा आधार घेऊन उंबऱ्याकडे पाहत उभ्या राहिल्या.

शालीसाठी या दोघांनी आतापर्यंत केलेली खटपट फुकट गेली असेल! त्यामुळे माझे हे बोलणे त्यांच्या जिव्हारी लागले असावे! म्हणून मी लगेच म्हणालो,

"थट्टा करीत नाही मी, वहिनी! शालीसाठी फक्कड स्थळ मिळालंय! शालीचा साधेपणा, गांधीवादाविषयी तिला वाटणारे प्रेम, खेड्यापाड्यांत काम करण्याची तिची आवड या साऱ्या गोष्टींचे कौतुक करील, असा नवरा मी शोधून काढलाय तिच्यासाठी! तिच्या पत्रिकेत एक सोडून दोन मंगळ असले, तरी त्यांची या मुलाला पर्वा नाही!" हे ऐकून दोघांच्याही मुद्रा खुलतील, नवऱ्या मुलाविषयी वहिनी चटकन अधिक चौकशी करू लागतील, असे मला वाटले होते; पण त्या दोघांचेही चेहरे माझ्या बोलण्याने अधिक गोरेमोरे झाले!

काय झालंय, ते मला कळेना. बाकीची चिल्लीपिल्ली झोपली असली, तरी शाली जागी असायला हवी होती. काकाची चाहूल लागताच तिने धावत बाहेर यायला हवे होते; पण ती तर कुठेच दिसत नव्हती!

एक विचित्र कल्पना माझ्या डोक्यात चमकून गेली— आईबापांच्या इच्छेविरुद्ध कुणाशी तरी लग्न करून शाली घरातून निघून तर गेली नाही ना?

काय बोलावे, हे मला सुचेना! हातातली पिशवी अजून खुंटीला लावायचीच होती. त्या पिशवीत असलेल्या प्रभाकराच्या फोटोची मला आठवण झाली. मी पिशवीत हात घालीत म्हटले,

"वहिनी! नवऱ्या मुलाचा फोटो आणलाय मी तुम्हाला दाखवायला!"

वहिनींना मोठा हुंदका आला. पदराचा बोळा तोंडात कोंबून त्या स्वयंपाकघरात निघून गेल्या. आता माझा सारा धीर सुटला. काहीतरी भयंकर घडले आहे, अशी माझी खात्री झाली. आपले जीवन हे पायांखालच्या पृथ्वीसारखे स्थिर आहे, असे मानून मनुष्य सुखसंकल्पांचे मनोरे उभारीत असतो; पण भूकंप होऊन ती पृथ्वी हादरली, म्हणजे ते मनोरे क्षणात धुळीला मिळतात!

एखाद्या आकस्मिक दुखण्यात शाली—

मी वर पाहिले. नानाने माझ्या खांद्यावर हात ठेवला होता. तो हात कापत होता. लगेच घोगऱ्या आवाजातले त्याचे शब्द मला ऐकू आले,

"शाली फार आजारी आहे, अण्णा!"

मी म्हणालो,

"हे आधी का सांगितलं नाहीस मला? चल, पोरीला पाहू दे मला. अरे वेड्या, इतकी नवी चांगली औषधं निघाली आहेत— चल, कुठं आहे शाली?"

नाना जागचा हलला नाही. तो पुटपुटला,

"दवाखान्यात ठेवली आहे तिला."

आता मीही मनात चरकलो. कापऱ्या स्वराने मी प्रश्न केला,

"काय होतंय तिला?"

घुसमटलेल्या स्वराने नानाने उत्तर दिले,

"आत्ता काही विचारू नकोस! उद्या सकाळी सांगेन सारं!"

प्रवासाने अंग आंबून गेले होते; पण मला झोप येईना. शालीच्या आजाराच्या बाबतीत नाना आणि वहिनी यांनी माझ्यापाशी मोकळेपणाने बोलून आपल्या मनाचा भार हलका का करू नये, हे मला कळेना! आपल्या माणसापासून लपविण्यासारखे त्यात काय आहे? ठिगळे लावलेले वस्त्र नेसून चारचौघांत फिरताना संकोच वाटणे ठीक आहे; पण ते वस्त्र नेसून स्वतःच्या घरात फिरायला कुणाची भीती आहे? कसली लाज आहे?

मनाइतका माणसाचा मोठा वैरी नाही जगात! ते एकदा बावचळले की, नाही नाही ते अशुभ नि अभद्र त्याला आठवू लागते. शालीला घरात न ठेवण्यासारखा असा कोणता रोग झाला असावा? नाना माझ्यासारखाच मध्यम स्थितीतला एक मनुष्य. दवाखान्यात रोगी ठेवायला येणारा खर्च त्याला कसा परवडणार! शालीच्या हातून नकळत काही विपरीत तर घडले नाही ना?

गेल्या दहा वर्षांत अधिक प्रमाणात ऐकू येऊ लागलेल्या कहाण्या मला आठवू लागल्या. नोकरी करीत असलेल्या कुमारिकेने बाळंतपणाची रजा मागितल्याची बातमीसुद्धा मध्ये प्रसिद्ध झाली होती! शालीच्या हातून घडू नये ती चूक घडली नसेल ना? अशा अडलेल्या मुलींना मोकळे करून गबर झालेल्या पुण्या-मुंबईतल्या डॉक्टर-डॉक्टरणींची नावेसुद्धा मी ऐकली होती. दुर्दैवाने या बेकायदेशीर शस्त्रक्रियेत शालीच्या जिवाला काही धोका तर निर्माण झाला नसेल ना?

मध्यरात्र उलटून गेल्यावर माझा डोळा लागला; पण त्या अस्वस्थ झोपेत मला एकसारखी विचित्र स्वप्ने पडत होती. एका स्वप्नात शाली मला म्हणाली,

"काका, माझा हात धरा जरा. मला दिसत नाही काही."

मी तिच्याकडे वळून पाहिले.

तिच्या सुंदर डोळ्यांच्या खाचा झाल्या होत्या.

दुसऱ्या स्वप्नात दामले गुरुजी प्रभाकरचा चश्मा घालून धावत होते. टुक्-टुक् करून त्याला चिडवीत होते.

प्रभाकर आपला चश्मा घेण्यासाठी त्यांच्यामागून धावत होता. पळता पळता तो पडला. त्याला मोठी जखम झाली. त्या जखमेतून रक्त वाहू लागले.

तिसरे स्वप्न तर अधिकच चमत्कारिक होते. पंढरीच्या विठोबाच्या देवळात घंटेऐवजी गिरणीचा भोंगा वाजत होता आणि मुंबईच्या गिरणीच्या धुराड्यातून

पांढराशुभ्र धूर बाहेर पडत होता.

सकाळी दवाखान्यात जाण्यासाठी नानाबरोबर मी घराबाहेर पडलो. एखाद्या लांबलचक अंधाऱ्या बोगद्याच्या तोंडाशी आले, म्हणजे सूर्यप्रकाश दिसू लागतो; माझ्या कोंडलेल्या मनाला आता तसा मोकळेपणा मिळाला. नाना आता सारे काही सांगेल, या आशेने मी त्याच्याकडे पाहू लागलो; पण माझ्या नजरेला नजर भिडताच तो दुसरीकडे पाहू लागला.

रस्त्यावरून लोक येत होते, जात होते, बोलत होते, ओरडत होते. वाहनांचा किणकिणाट आणि खडखडाट अखंड सुरू होता; पण नानाच्या विचित्र मौनामुळे आपण एखाद्या ओसाड आडाच्या तळाशी येऊन पडलो आहो, असा भास मला सारखा होत होता. शेवटी कंटाळून मीच म्हटले,

"दवाखान्यात माणूस ठेवलं म्हणजे फार दगदग होते, नाही?"

निर्विकार स्वराने तो उत्तरला,

"हो."

"मग शालीला घरीच..."

"पहिल्यांदा घरीच ठेवलं होतं; पण..." तो मधेच थांबला. मग अवंढा गिळून म्हणाला, "तिच्यामुळे एकदा घराला आग लागायची पाळी आली, तेव्हा..."

कोडे उलगडण्याऐवजी अधिक बिकट होत होते. शालीसारखी गोड, साधी, सरळ मुलगी आग लागेल, असे काही करील? छे! दुसऱ्या कुणी ही गोष्ट सांगितली असती, तर तो नानाचा शत्रू असल्यामुळे काहीतरी खोटेनाटे सांगत आहे, असे मी म्हटले असते; पण खुद्द नानाच— शालीचा बापच— हे सांगत होता.

मी त्याच्याकडे अविश्वासाच्या दृष्टीने पाहू लागलो. तिकडे लक्ष न देता तो म्हणाला,

"एके दिवशी माझे सारे खादीचे कपडे ती जाळायला निघाली. त्यांच्यावर रॉकेल ओतून ती काडी लावणार होती. इतक्यात पलीकडच्या बिऱ्हाडातल्या बाईंनी ते पाहिलं. नाहीतर—"

शालीचे डोके फिरले आहे, हे आता माझ्या पूर्णपणे लक्षात आले; पण वेडाच्या भरात का होईना, तिने खादीचेच कपडे जाळायला का निघावे, हे मला कळेना. ज्या वयात इतर मुली नट्टापट्टा करायला लागतात, त्यावेळी ही पोरगी हौसेने खादीची पातळे नेसत होती. हिच्या अभ्यासाच्या खोलीत कधी नटनटींचे फोटो दिसले नाहीत. कधी छचोर चित्रे आढळली नाहीत. गांधींचा एक छोटा पुतळा नानांनी तिला घेऊन दिला होता. तो नेहमी तिच्या टेबलावर दिसायचा. असल्या मुलीचे डोके का फिरावे आणि ते फिरले, तरी तिने खादीचेच कपडे—

माझ्या मनात विचारांचे काहूर उठले; पण नानाने तोंडाला जे कुलूप घातले, ते अगदी दवाखान्याच्या दारापर्यंत.

दवाखान्यात आम्ही शालीच्या खोलीत गेलो, तेव्हा ती समोर आरसा ठेवून केस विंचरीत बसली होती. आमची चाहूल लागताच तिने वळून पाहिले. मग एकदा नानाकडे टक लावून पाहिले. नंतर माझ्याकडे दृष्टी रोखून ती पाहू लागली. किती विचित्र दिसत होती तिची ती नजर! ती स्मित करील, मला ओळखून 'काका, केव्हा आलात?' म्हणून विचारील, अशी माझी कल्पना होती; पण तसे काहीच घडले नाही. तिची ती शून्य नजर पाहून माझ्या छातीत धस्स झाले! नाना तिच्याजवळ गेला व तिला म्हणाला,

''शाले, यांना ओळखलं नाहीस?''

ती पुन्हा माझ्याकडे रोखून पाहू लागली. पण तिचे ओठ हलले नाहीत. ओळखीचे माणूस पाहून मुद्रेवर होणारा बदल तिच्या चेहऱ्यावर झाला नाही. जणू एक भलीमोठी निर्जीव बाहुली आपल्या काचेच्या डोळ्यांनी माझ्याकडे पाहत होती. मला भडभडून आले.

चार-पाच वर्षांची शाली मला आठवली. किती धीट आणि लाडिक होती ती चिटुकली! नानाकडे मी आलो रे आलो की, ती धावत यायची, माझ्या गळ्याला मिठी मारायची नि 'काका, पेढे आणलेत?' असे विचारायची! त्या चिमण्या शालीपासून हळूहळू मोठ्या होत जाणाऱ्या शालीच्या मूर्ती झर्रकन माझ्या डोळ्यांपुढून सरकल्या. प्रतिपदेपासून अष्टमीपर्यंतच्या वाढत्या चंद्रकोरीची रूपे दिसावीत ना? तशा! अगदी बी.ए. झालेल्या शालीपर्यंतच्या. या शालीला मी विचारले होते,

''काय शालाताई, आम्हाला लाडू केव्हा देणार!''

या प्रश्नाने ती लाजली आणि 'काका!' असे म्हणून, काहीतरी निमित्त काढून आत गेली; पण 'काका' असा गोड, सलज्ज उद्गार काढणारी ती लाजरी शाली आता कुठे होती? जगाची जाणीव नसलेली आणि माझ्याकडे भकासपणाने पाहणारी ही शाली! एखाद्या देवमंदिरावर वीज पडावी आणि त्याचे उद्ध्वस्त स्वरूप पाहून मन उद्विग्न होऊन जावे, तशी माझी स्थिती झाली.

शालीने मला ओळखले नाही, हे पाहून नाना तिला म्हणाला,

''शाले, हे आपले काका नाहीत का?''

एखाद्या यांत्रिक पुतळीप्रमाणे शालीने आपले डोळे फिरविले आणि 'का-का-का' एवढी अक्षरे उच्चारून ती स्तब्ध झाली.

नाना दुःखी स्वराने पुन्हा म्हणाला,

''अगं, अण्णाकाका तुला भेटायला आले आहेत!''

काळ्याकुट्ट आभाळात विजेची पुसट रेषा चमकावी, तसे झाले. क्षणभर

शालीने माझ्याकडे निरखून पाहिले. मग एकदम तिची मुद्रा उजळली. कोरडे पडलेले नदीचे पात्र दुथडी भरून वाहू लागावे, तसे तिचे डोळे ओळखीच्या आणि आपुलकीच्या जाणिवेने चमकू लागले. 'अण्णाकाका!' असा आर्त उद्‌गार काढून तिने दोन्ही हातांनी आपले तोंड एकदम झाकून घेतले आणि ती मुसमुसून रडू लागली.

तिचे दु:ख मला बघवेना. मी तिच्या जवळ गेलो. तिच्या पाठीवरून हात फिरविला. तरी ती स्फुंदतच होती. तिने शांत व्हावे, म्हणून मी तिचे मस्तक थोपटले. तिच्या केसांवरून हात फिरवू लागलो. त्याबरोबर एखादी नागीण बिळातून चवताळून बाहेर यावी, तशी तिने आपली मान वर केली आणि दोन्ही हातांनी मला दूर ढकलून देत ती ओरडली,

"दूर व्हा! दूर व्हा! ढोंगी-हलकट-पशू-पशू–!"

शालीच्या खोलीतून बाहेर पडताना माझे मस्तक अगदी सुन्न झाले होते. फाटकाच्या बाहेर पडण्याच्या आधी मी शालीच्या खोलीकडे वळून पाहिले. स्मशानातून परतताना मन जसे उदास होते, तसे मला वाटू लागले.

काही वेळ आम्ही मुकाट्याने चाललो. शेवटी मलाच राहवेना. मी नानाला हळूच म्हटले,

"किती दिवस झाले शालीच्या या—" पुढचा शब्द माझ्या तोंडातून निघेना.

स्वगत बोलल्यासारखा नाना उद्‌गारला,

"दोन-तीन महिने झाले. तुला हे कळवावं, असं सारखं वाटत होतं; पण लगेच मनातली आशा जागी होई. वाटे, होईल पोरगी लवकर बरी. अण्णाला कळवून काळजीत कशाला टाका त्याला?"

शालीच्या या मानसिक आजाराच्या मुळाशी काय असावे, याचा मी एकसारखा विचार करीत होतो; पण नानाला स्पष्टपणे मला काही विचारता येईना. शेवटी मी चाचरत म्हणालो,

"पण... पण... असं एकदम पोरीचं डोकं बिघडायला..."

अवंढा गिळून नाना सांगू लागला,

"शाली बी.ए. झाली. मला लग्न करायचं नाही, असं ती नेहमी म्हणे! तरी दोन-चार स्थळं मी तिला दाखविली; पण त्यातला कुणीच पसंत पडला नाही तिला. हिच्या आवडीनिवडी निराळ्या! हल्लीच्या मुलांच्या आवडीनिवडी निराळ्या! तिनं एका शाळेत नोकरी धरली होती; पण तिथंही तिचं मन रमेना! मास्तरांचे हेवेदावे, तिथं मांडला जाणारा शिक्षणाचा बाजार, शाळेतल्या सुंदर पोरींशी सलगी करणारे संचालक, या गोष्टी तिला कशा रुचाव्यात? वर्ष, सव्वा वर्ष तिनं कसं तरी ते काम केलं. मग राजीनामा देऊनच ती घरी आली. सारखी बडबडत होती ती त्या

दिवशी! त्या रात्री झोपेचं औषध द्यावं लागलं तिला. दुसरे दिवशी ती शांत झाली. मग खेड्यात जायचा हट्ट तिनं धरला.''

सांगता सांगता नाना थांबला. कोटाच्या खिशातला हातरुमाल काढून त्याने आपले डोळे पुसले. मग घोगऱ्या स्वराने तो म्हणाला,

''दामले गुरुजींची नि माझी चांगली ओळख होती. त्यांचा आश्रम इथून फार लांब नाही. लिहायला-वाचायला मदत करणारं कुणीतरी हवंच होतं त्यांना! शालीला मी तिथं पाठविलं.''

बोलता बोलता तो थांबला. त्याला हुंदके आवरेनात. दोन्ही हातांनी आपले तोंड झाकून घेऊन तो हुंदके देऊ लागला. त्याच्यासारख्या प्रौढ माणसाने रस्त्यात रडत उभे राहावे, हे दृश्य मोठे विचित्र होते. ते पाहून येणारी-जाणारी माणसे थांबू लागली. मी नानाच्या खांद्यावर हात ठेवून त्याला म्हटले,

''माझंच चुकलं, नाना! रस्त्यात हे तुला विचारायला नको होतं मी! चल, घरी गेल्यावर सांग सारं मला.''

आपले दु:ख आवरीत तो म्हणाला,

''काय सांगू? एके दिवशी शालीचं डोकं फिरल्याची तार आली मला. मी गेलो. तिला घेऊन आलो. ती पुष्कळ बडबडत होती. प्रथम त्या बडबडीचा अर्थ मला नीट लागेना. शेवटी तिच्या सामानात एक वही मिळाली. तिची डायरी आहे ती! ती वहीच तुला मी देतो. अण्णा, हे जग फार भयंकर आहे, रे! स्वप्नातसुद्धा येणार नाहीत, असल्या गोष्टी या जगात प्रत्यक्षात घडतात!''

शालीची वही मी वाचू लागलो. वही मोठी होती. प्रत्येक पानावर तारीख घालून तिने आश्रमातले आपले अनुभव लिहिले होते. पण काही काही पानांवर मधल्याच मजकुराखाली तांबड्या पेन्सिलीने खुणा केल्या होत्या. त्या नानाच्या असाव्यात! माझे कुतूहल अगदी शिगेला पोहोचले होते. तो खुणा केलेला भागच मी घाईघाईने वाचू लागलो.

३० ऑगस्ट

गुरुजी स्वभावानं कसे असतील, याची मला काही कल्पना नव्हती. माझा निरोप घेऊन नाना निघून गेले. तेव्हा आपण उगीच हा हट्ट धरला, असं मला वाटू लागलं. पण गुरुजींच्या गोड शब्दांनी माझं मन लवकरच शांत झालं. ते मला म्हणाले, ''तू काही परकी नाहीस कुणी. आमच्या नानांची मुलगी तू! म्हणजे माझीच! हे घर तुझंच आहे. तुला काय हवं नको, ते घेत जा, सांगत जा. आश्रमातल्या गडबडीचा फार त्रास होतो मला. म्हणून अगदी बाजूला या खोल्या बांधून घेतल्या मी! आता आत्मचरित्र लिहावं म्हणतो, तुझ्या मदतीनं!'' किती

आपुलकी होती त्यांच्या शब्दांत! घरात नानांची माया मला एकटीला मिळणे शक्य नव्हते; पण इथे ती मिळणार! किती भाग्यवान आहे मी!

३१ ऑगस्ट

सकाळी प्रसन्न मनाने उठले मी. रात्री एकदासुद्धा जाग आली नाही. नाहीतर ती पुण्यातली झोप! रात्री बारा वाजता रिक्षा दारावरनं किंचाळत जायची! एकदा झोप मोडली की, तासतासभर पुन्हा यायची नाही! मग कॉलेजातल्या आठवणी उगीचच मनात पिंगा घालायला लागायच्या. मैत्रिणींतल्या कुणाकुणाची लग्नं झाली— एकीला तर मूलसुद्धा झालंय— तिचं बाळ कसं दिसत असेल! तसली एकसुद्धा आठवण इथं आली नाही. किती शांत शांत वाटतं या आश्रमात! अगदी प्राचीन काळातल्या आश्रमासारखा आहे हा! दामले गुरुजी तर ऋषिमुनीसारखे दिसतात. 'शकुन्तला' चित्रपट पाहिला होता मी. त्यातल्या कण्वासारखे! नि मी? मी मग शकुन्तलाच झाले, म्हणायची! गुरुजींनी पाळायला घेतलेली मुलगीच नाही का मी?

२ सप्टेंबर

पहाटेच उठले असावेत गुरुजी; पण माझी झोपमोड होईल, म्हणून उठवलं नाही त्यांनी मला! मी उठल्यावर ते माझ्या खोलीत आले आणि पाठीवरून हात फिरवीत म्हणाले,

"आश्रमाच्या नियमांत चहा बसत नाही. पण तुला चुकल्या चुकल्यासारखं होत असलं, तर तो इथं करून घ्यायला काही हरकत नाही."

नाना आणि आई यांच्याशिवाय इतकी माया मला कुठं मिळाली असती का? पण— त्यांनी पुन्हा माझ्या पाठीवर हात फिरविला. तेव्हा माझे अंग उगीचच शहारले! मी बी.ए. झाले, तेव्हा नानांनी तोंडानं माझं खूप कौतुक केलं. पण... पण त्यांनी असा काही पाठीवरून हात— हल्ली आईसुद्धा मला कधी जवळ घेत नाही. त्यामुळे गुरुजींच्या या स्पर्शानं माझ्या मनाचा गोंधळ उडाला असावा. असल्या देवमाणसाविषयी भलतीसलती शंका मनात आणणं हेसुद्धा पाप होईल! नाही का?

८ सप्टेंबर

नागपूरकडले कुणी मंत्री गुरुजींच्या दर्शनाकरता येऊन गेले. तीसच्या जंगल-सत्याग्रहात दोघे बरोबर तुरुंगात होते, म्हणे. मंत्री मला म्हणाले,

"शालिनीबाई, तुमचं नशीब थोर, म्हणून पांडित्याच्या या जिवंत झऱ्याच्या

काठी तुम्हाला चोवीस तास जलपान करायला मिळतंय!''

हे ऐकून मी लाजले. तेव्हा गुरुजी माझा खांदा थोपटीत म्हणाले,

''अशी परकऱ्या पोरीसारखी लाजतेस काय?''

मंत्री दुपारी गेले. तिसऱ्या प्रहरी मुंबईचे कुणी गिरणीवाले आले. त्यांच्याबरोबर एक जाड भिंगाचा चश्मा घातलेले प्राध्यापक होते. त्यांच्याशी गुरुजींचा मोठा वादविवाद झाला.

''स्त्री ही, आपण स्त्री आहो, हे विसरून जोपर्यंत समाजकार्यात भाग घेणार नाही, तोपर्यंत या देशाचा उद्धार होणं शक्य नाही!'' अशी गुरुजींनी त्यांची खात्री पटविली. फार बोलावे लागले त्यांना आज!

ही मंडळी निघून गेल्यावर अगदी थकून अंथरुणावर पडले. 'डोकं फार दुखतंय' म्हणाले. आईनं आठवणीनं माझ्या सामानात टाकलेली अमृतांजनाची बाटली मी काढली. गुरुजी नको नको म्हणत होते, तरी त्यांच्या कपाळाला मी ते चोळलं. चोळताना माझी रंगविलेली नखं त्यांच्या दृष्टीला पडली असावीत. त्यांनी एकदम हात धरला. ते माझी नखं पाहू लागले. मला मेल्याहून मेल्यासारखं झालं. मी अडखळत म्हणाले,

''माझ्या धाकट्या बहिणीनं हट्टानं रंगविली! मी नको म्हणत होते. पण...''

गुरुजी हसून म्हणाले,

''अगं वेडे! नखं रंगविणे हे काही पाप नाही. परमेश्वरसुद्धा सकाळ-संध्याकाळ आकाशदेवतेच्या हाताची नखं रंगवीतच असतो.''

हे वाक्य ऐकून मी चकित झाले. कॉलेजात 'भावबंधन' वाचताना जो आनंद होई, त्याचा अनुभव आश्रमात आला! गुरुजी मोठे कवी असले पाहिजेत. पण नानांनी त्यांचा हा गुण कधीच मला सांगितला नव्हता!

२० सप्टेंबर

इतके दिवस झाले; पण गुरुजी पूर्ववयात कविता करीत होते की काय, हे त्यांना विचारायचा धीर अजून मला होत नाही. ते कित्ती कित्ती मोकळेपणानं वागतात माझ्याशी! नानासुद्धा इतके मनमोकळे वागत नाहीत. आत्मचरित्राचे सारे साहित्यसुद्धा त्यांनी दाखविले मला. किती मोठमोठ्या लोकांची पत्रं आहेत त्यात!

गुरुजींनी कविता केल्या नसल्या, तरी त्यांचे हृदय कवीचे आहे, यात शंका नाही. आज संध्याकाळी अचानक आभाळ ढगांनी भरून गेलं. त्याबरोबर गुरुजींनी मला पुस्तकातलं 'मेघदूत' काढायला सांगितलं. 'गीतारहस्य', 'अनासक्तियोग', 'स्थितप्रज्ञदर्शन', 'एंडस अँड मीन्स' असल्या पुस्तकांच्या जोडीने 'मेघदूत', 'शाकुन्तल' वगैरे पुस्तकंही त्यांच्या संग्रही असतील, अशी कल्पनासुद्धा नव्हती मला. मी त्यांचे

'मेघदूत' शोधून काढले. तांबड्या पेन्सिलीने केलेल्या किती खुणा आहेत त्यात! अंथरुणावर पडून आपल्या आवडत्या ओळी गुरुजी अस्खलित वाणीनं म्हणू लागले. मला माझी लाज वाटली. माझं संस्कृत सुटून सारं दीड वर्ष झालं असेल! पण मला काही हे पाठ येत नव्हतं. कालिदासाच्या कल्पकतेवर गुरुजी फार खूश आहेत. बोलता बोलता 'मेघदूता'तला एक चरण म्हणून ते त्याचं सौंदर्य मला समजावून सांगू लागले. या चरणात कालिदासानं पर्वताला पृथ्वीच्या स्तनाची उपमा दिली आहे. नकळत मी माझा पदर सावरला; पण गुरुजी त्या चरणाचा रसास्वाद घेतच होते—

"तो पर्वत म्हणजे भूदेवीचा विशाल गौरस्तन आणि त्याच्यावर विसावलेला काळा मेघ हा—"

मी खाली पाहू लागले. गोंधळल्यासारखं झालं मला! कालिदासाचा खूप रागही आला! त्याच्यासारख्या महाकवीला दुसरी चांगली उपमा सुचलीच नसती का? मग गुरुजींच्या बोलण्याची आठवण झाली. आपण स्त्री आहो, हे स्त्री जोपर्यंत विसरत नाही, तोपर्यंत- पण हे स्त्रीला शक्य आहे का? निदान मला तरी— मी दुबळी आहे, हेच खरं!

२१ सप्टेंबर

किती विचित्र स्वप्न पडलं मला काल रात्री! कॉलेजात असताना दिवाकर परांजप्याशी माझी मैत्री जमली होती. अधूनमधून तो घरीसुद्धा यायचा आमच्या! माझं कुठलंही काम तो आवर्जून करायचा. गेल्या दीड वर्षात त्याची-माझी कधीच गाठ पडली नाही. मी त्याला पार विसरून गेले होते; पण काल रात्री तो स्वप्नात आला. नुसता आला नाही. 'मेघदूता'तला तो चरण म्हणत त्यानं आपल्या मिठीत मला घट्ट धरलं. मग तो म्हणाला,

"उषा, जागी हो, जागी हो!"

मी दचकून जागी झाले. दिवाकरानं मला 'उषा' म्हणून का बरं हाक मारावी? हं! अनिरुद्ध उषेच्या स्वप्नात असाच आला होता! म्हणून काय दिवाकरानं—

रात्रभर मला झोप आली नाही. छे! काल संध्याकाळी ते 'मेघदूत' ऐकलं नसतं, तर बरं झालं असतं. किती ओढाळ असतं हे मेलं माणसाचं मन!

२२ सप्टेंबर

परवाच्या पावसानं आश्रमाच्या भोवतालची सृष्टी अधिकच सुंदर दिसू लागली. दर शनिवारी नाहल्यानंतर मीसुद्धा अशीच दिसत असेन का?

आश्रमापासून अर्ध्या-पाऊण मैलावर एक लहानशी टेकडी आहे. तिथं जाऊन

हे सृष्टिसौंदर्य पाहायची गुरुजींना इच्छा झाली. मलाही हे हवंच होतं. गुरुजी मध्ये फार आजारी पडले होते, म्हणे! तेव्हापासून ते फारसे हिंडत-फिरत नसत. कधी काळी मुंबईला गेले, तरी जिने चढत नसत. म्हणून तर अजून या टेकडीवर जायचा योग मला आला नव्हता. आज सहजासहजी ते साधणार, म्हणून मी आनंदले होते.

संध्याकाळी साडेपाचच्या सुमारास आम्ही दोघं निघालो. टेकडीच्या पायथ्यापर्यंत गुरुजी माझा आधार न घेता चालले. पण चढण सुरू होताच ते म्हणाले,

"आता माझी काठी तू!"

माझ्या खांद्यावर हात ठेवून ते चालू लागले. पाठीवरल्या किंवा खांद्यावरल्या त्यांच्या स्पर्शाची आता मला सवय झाली होती; पण चढता चढता दोन-तीनदा त्यांचा हात खांद्यावरून खाली घसरला. चढउतारामुळे तसं झालं असेल! पण माझी छाती धडधडू लागली. मनात नाही नाही त्या शंका येऊ लागल्या. नुसता आधार न घेता ते माझ्या अंगावर रेलून चालत आहेत, असंही मला वाटलं. आम्ही वर जाऊन बसलो. पण भोवतालच्या सृष्टिसौंदर्यात मला काही गोडी वाटेना. इतक्यात एक दूरचा डोंगर दाखविण्याकरिता गुरुजींनी माझ्या तोंडाजवळ तोंड आणलं. मला ते मोठं विचित्र वाटलं— पण एकदम दूर व्हायचं धैर्य मला झालं नाही, ते काहीतरी सांगत होते; पण त्यांच्या बोलण्याकडे माझं लक्ष नव्हतं. दूर होता होता त्यांचे ओठ माझ्या गालाला लागले, असा भास झाला मला! ध्यानीमनी नसताना निखाऱ्यावर पाय पडावा, तसं वाटलं. लगेच मनात आलं, अशा प्रौढ, पवित्र, पितृतुल्य पुरुषाविषयी शंका येणं हे आपल्याच क्षुद्रत्वाचं लक्षण नाही काय? माझ्यातली एक शाली दुसरीला म्हणू लागली,

'तुझं मन शुद्ध नाही. तू साधी, भोळी, निष्पाप दिसतेस; पण आतून इतर मुलीसारखीच आहेस. सारखी पुरुषाचा विचार करणारी! म्हणूनच तुला असली भयंकर शंका येतेय!'

फिरून आल्यावर स्वस्थ पडले. रात्री जेवायला बसले; पण जेवण जाईना. घरात कुठेतरी साप दिसावा; पण लगेच तो नाहीसा व्हावा, कुणालाही तो दाखविता येऊ नये, त्याच्याविषयी सांगता येऊ नये, तसं काहीतरी मला वाटत होतं.

२३ सप्टेंबर

दिवसभर मन उदासच होतं. संध्याकाळ झाली. घराची, नानांची, आईची आणि साऱ्या भावंडांची फार फार आठवण होऊ लागली. पंख असते, तर अश्शी उडून पुण्यात गेले असते नि आईच्या कुशीत शिरून तिला म्हणाले असते—

मी अंगणात येऊन उभी राहिले. आकाशात चमकू लागलेल्या एका चांदणीकडे पाहू लागले. 'दिव्या दिव्या, दीपत्कार, कानी कुंडल, मोतीहार' असं म्हणत

लहानपणी मी ज्या दिव्याला नमस्कार करीत असे, तोच उडून आभाळात गेला आहे, असं काहीतरी माझ्या मनात आलं. इतक्यात मागून गुरुजी आले. त्यांना माझी ही पोरकट कल्पना मी सांगितली. तेव्हा माझी हनुवटी वर करून माझ्या डोळ्यांकडे टक लावून पाहत ते म्हणाले,

"मी या वरच्या चांदणीकडे ढुंकूनसुद्धा पाहणार नाही. माझ्यासमोर या दोन चांदण्या असताना—" लगेच विषय बदलून ते म्हणाले, "मानसशास्त्र थोडंसं वाच; म्हणजे ही चांदणी हा तुला लहानपणचा दिवा का वाटतो, ते कळेल. तारुण्यातल्या अवघड प्रश्नांना तोंड न देता जी माणसं आपल्या बाळपणात परत जाऊ इच्छितात, त्यांनाच असल्या कल्पना सुचतात!" ते क्षणभर थांबले. मग माझ्या खांद्यावर हात ठेवून म्हणाले, "खरं सांग. लग्न करावंसं वाटत नाही तुला?"

मी माझ्या खोलीत आले, तेव्हा दिवाकराची राहून राहून आठवण होऊ लागली मला!

२९ सप्टेंबर

नाना भेटायला आले.

"कसं काय चाललंय तुझं?" म्हणून त्यांनी विचारलं. गुरुजी समोर होतेच.

"छान चाललंय..." असं उत्तर माझ्या तोंडून गेलं.

बिचारे नाना! गेले पाच-सात दिवस माझ्या मनात केवढं वादळ माजून राहिलं आहे, याची कल्पना त्यांना कशी यावी? त्यांना सांगायचं तरी काय? ते कसं सांगायचं! काही काही दुःखं अशी असतात की, ती अगदी जवळच्या माणसांनाही सांगता येत नाहीत! काहीतरी निमित्त काढून एक-दोन महिन्यांनी घरी परत जाता येईल, उगीच लहान गोष्टीचा बाऊ करण्यात अर्थ नाही, अशी मी मनाची समजूत करून घेतली.

शाली सुखी आहे, अशी मनाची समजूत करून घेऊन नाना निघून गेले.

३० सप्टेंबर

प्रार्थनेची वेळ झाली, तरी गुरुजी आज उठले नाहीत. मी त्यांच्या खोलीत जाऊन पाहिलं. त्यांचं डोकं फार दुखत होतं, म्हणून ते अंथरुणात पडून राहिले होते. मी अमृतांजन चोळलं; पण त्यांची डोकेदुखी थांबली नाही.

दुपारी कुणीतरी रक्तदाबाची शंका घेतली.

तिसऱ्या प्रहरी शेजारच्या गावातले डॉक्टर आले. त्यांनी काळजी करण्यासारखं नाही, म्हणून सांगितलं.

काय करावं, हे मला सुचेना. गुरुजी म्हणाले,

"वेडी कुठली! हा शरीरभोग आहे. तो भोगलाच पाहिजे. तू इथं माझे पाय दाबीत बैस.''

झोपायच्या वेळी "रात्री सोबतीला आश्रमातल्या कुणाला तरी बोलवू का?'' असं मी विचारलं.

गुरुजी हसत म्हणाले,

"अगं, दुखणं केवढं नि त्याचा गर्गशा केवढा! ढेकूण मारायला काय बंदूक लागते?''

गुरुजींचा डोळा लागला. मला बरं वाटलं. मी माझ्या खोलीत आले.

२ ऑक्टोबर

मी स्वप्नात तर नाही ना? माझं डोकंबिकं तर फिरलं नाही ना? छे! रात्री मी दैनंदिनी लिहिली. मग दिवा मालवून अंथरुणावर पडणार, तोच गुरुजींचे कण्हणे कानांवर पडले. मी त्यांच्या खोलीत गेले, मी दिवा मोठा करणार होते. पण ते म्हणाले,

"उजेड सोसत नाही माझ्या डोळ्यांना!''

मी त्यांचं डोकं चेपू लागले. पण ते म्हणाले,

"काही करू नकोस. अशी जवळ बैस माझ्या! अगं, मीसुद्धा मनुष्य आहे. मला भीती वाटतेय!''

मी घाबरले. चाचरत विचारले,

"कसली भीती?''

ते घोगऱ्या आवाजात म्हणाले,

"मरणाची!''

त्यांनी माझे दोन्ही हात आपल्या हातांत घट्ट धरले. त्यांच्या हातांचे तळवे किती घामेजले होते.

मी मरण कधी पाहिलं नव्हतं. माझा धीर सुटला. आश्रमात जाऊन कुणाला तरी सोबतीला आणावं, म्हणून मी उठत होते; पण गुरुजी माझे हात सोडीनात.

त्यांच्या मृत्यूच्या कल्पनेनं मी कापू लागले. तेव्हा मला जवळ ओढून माझ्या केसांवरून हात फिरवीत ते कुजबुजले,

"वेडी कुठली!''

आणि—

अजगराच्या विळख्यात हरीण...

चोळामोळा... सारा चोळामोळा...

हा सूर्य काळाठिक्कर का पडला आहे?

माझ्या केसांवरून कोण सारखे हात फिरवीत आहे?

दिवाकर— छे, ट्रॅक्टर आहे हा!

तहान... तहान लागलीय मला... पाणी... पाणी! गटारातलं पाणी... नको... नको!

मुखवटे... नुसते मुखवटे! तेहेतीस कोटी देव? छे! तेहेतीस कोटी राक्षस!

नानांचा व वहिनींचा निरोप घेताना माझ्या मनाची मोठी तगमग झाली. किती उल्हसित मनाने मी काल रात्री त्यांच्या घरी पाऊल टाकले होते आणि किती उदास मनाने मी परत निघालो होतो! जे घडले होते, ते किती अनपेक्षित, किती विपरीत होते! बिचारा नाना सरळ, नाकासमोर जाणारा. गांधींच्या शिकवणीवर श्रद्धा असलेला. शाली त्याच्याच तालमीत वाढली. वहिनीच्या सावलीत लहानाची मोठी झाली. तिला जगाचा अनुभव काय होता? आणि अगदी आनुभविक असा मनुष्य असता, तरी या परिस्थितीत तो काय करणार होता? शालीच्या वहीतले ते शेवटचे शब्द हेच जीवनाचे सत्य स्वरूप असावे ना?

"मुखवटे... नुसते मुखवटे... तेहेतीस कोटी देव? छे! तेहेतीस कोटी राक्षस!"

गाडी सुरू झाली, तरी शालीचे हे शब्द माझ्या कानांत घुमत होते. शालीच्या बाबतीत जे घडले, ते किती विपरीत, किती भयानक, किती किळसवाणे, किती असंभाव्य भासणारे होते!

कथा-कादंबऱ्यांतून कामुक पुरुषांची वर्णने मी अनेकदा वाचली होती. असे पुरुष किती लंपट असतात, सुंदर स्त्रियांना ते आपल्या जाळ्यात कसे ओढतात, जी तरुणी आपल्याला वश होणार नाही, ती मिळविण्याकरिता ते कशी कशी कारस्थाने रचतात, याची मला कल्पना होती. मी साधासुधा कारकून असलो, तरी पन्नासहून अधिक पावसाळे पाहिले होते; पण शालीच्या बाबतीत जे घडले, ते अगदी अघटित होते! माणसाचा माणसावरला विश्वास उडवून लावणारे होते.

काळोखातून धावणाऱ्या गाडीप्रमाणे माझे प्रक्षुब्ध मनही धावू लागले. अगदी सैरावैरा! वेड्यासारखे!

वाटले, तो आश्रम इथून जवळ असेल! तिथं जायला कुठल्या स्टेशनावर उतरावे लागते, हे कुणाला तरी विचारावे. तिथे उतरून ऐन मध्यरात्री आश्रमात जावे आणि त्या दामले गुरुजीला बुकलून, प्रत्येक बुक्कीसरशी शालीची आठवण करून देऊन, त्याचा जीव घ्यावा! नाजूक मनाच्या शालीला त्याला धडा शिकविता आला नाही! मुखदुर्बळ नाना हात चोळीत आणि पोरीकडे बघून टिपे गाळीत गप्प बसला

आहे. पण या भयंकर पापाचे प्रायश्चित्त त्या दाढीवाल्याला मिळायलाच हवे. लेकाच्याचा चेहरा कसा गोगलगाईसारखा दिसतो, पण—

दामल्याच्या चेहऱ्याची आठवण होताच त्याचा फोटो असलेले वर्तमानपत्र पिशवीत आहे, हे माझ्या लक्षात आले. अशा जगावरून ओवाळून टाकलेल्या ढोंगी, पाजी माणसाचा फोटोसुद्धा आपल्या पिशवीत असू नये, असे वाटले. मी पिशवी उचलली. तिच्यातले ते चुरगळलेले वर्तमानपत्र काढले. ते उघडून मी दामल्याच्या फोटोकडे दात-ओठ खात पाहू लागलो. त्या फोटोचे तुकडे तुकडे करावेत, म्हणून मी ते पान दोन्ही हातांत धरले.

इतक्यात माझ्याजवळच पेंगत बसलेल्या एका तरुणाने माझ्या खांद्यावर हात ठेवला. मी चपापलो. रागाने मागे वळून पाहिले.

त्या तरुणाने मृदू स्वराने मला विचारले,

"कुठं चाललात?"

मी त्याला काहीच उत्तर दिले नाही. तरी लोचटपणा करीत त्याने पुन्हा विचारले,

"आश्रमाकडे चालला काय?"

"कुठला आश्रम?" मी तिरसटपणाने प्रश्न केला.

"दामले गुरुजींचा आश्रम. तुम्ही वर्तमानपत्र काढून दामले गुरुजींचा फोटो पाहू लागलात, तेव्हा मला वाटलं—"

मी मानेनेच नकारार्थी उत्तर दिले. त्या चांडाळाचे नाव तोंडाने उच्चारायची इच्छासुद्धा नव्हती माझी! पण माझे खवळलेले मन मला गप्प बसू देईना. तो तरुण साधा, सरळ दिसत होता. या दामले गुरुजींच्या बाहेरच्या सोंगाला फसून बिचाऱ्याने आपली तरुण बहीण त्या पशूच्या सेवेसाठी ठेवली असेल, तर? या भोळ्याभाबड्या जीवाला सावध करणे, हा दामले गुरुजी केवढा नरराक्षस आहे, याची त्याला कल्पना करून देणे हे आपले कर्तव्य आहे. मी त्याला प्रश्न केला,

"तुम्ही कुठं उतरणार?"

"आणखी एक स्टेशन गेलं की, उतरणार मी! तिथनं दामले गुरुजींचा आश्रम दोन मैल आहे."

"अशा आडवळणी गावात अपरात्री का जाताय?"

"काय करणार? जायलाच हवं!"

"का?"

"गुरुजींची प्रकृती फार बिघडली आहे, म्हणे! सकाळी मुंबईच्या वर्तमानपत्रात वाचलं. माझं मन उडून गेलं बघा ते वाचून! चार दिवसांची रजा घेतली नि संध्याकाळच्या गाडीनं निघालो."

"पूर्वी आश्रमात होता-बिता की काय तुम्ही?"

"छे! मी कधीच पूर्वी आश्रमात राहिलो नाही. माझी आईही राहिली नाही; पण... पण..." बोलता बोलता तो घुटमळला, अडखळला. जे बोलायचं, ते बोलावं की नाही, या विचारात तो पडला आहे, असे दिसले. मग सद्गदित कंठाने तो म्हणाला. "दामले गुरुजींसारखा देवमाणूस मिळायचा नाही या जगात. आमच्यासारख्यांचं आयुष्य देवानं कमी करावं नि ते त्यांना द्यावं."

मी बुचकळ्यात पडलो. वेड लागलेल्या शालीच्या रूपाने आज सकाळी आम्ही जे दामले गुरुजींचे दर्शन घेतले, ते किती भयंकर, किती राक्षसी होते! पण हा तरुण सांगतोय, ते—

मनाचा निश्चय करून तो तरुण बोलू लागला,

"गुरुजींच्या पायांत कातड्याचे जोडे करून घातले, तरीसुद्धा त्यांचे उपकार फिटणार नाहीत आमच्या हातून! आईनं तर देव्हाऱ्याच्या मागच्या भिंतीवर त्यांचा एक फोटो लावून ठेवला आहे. देवांची पूजा झाली की, ती त्याला गंधफूल वाहते. नमस्कार करते."

माझ्या मनाचा गोंधळ वाढला. नानाच्या, वहिनीच्या आणि माझ्या दृष्टीने दामले गुरुजी हा उघडउघड पशू होता, राक्षस होता. या मुलाच्या आणि त्याच्या आईच्या दृष्टीने तो देव होता. या दोन परस्परविरोधी अनुभवांचा मेळ कसा घालायचा? मी अधीर स्वराने त्याला प्रश्न केला,

"दामले गुरुजींनी तुम्हाला शिकायला मदत केलीय, वाटतं?"

त्याने नकारार्थी मान हलविली.

"मग?"

"आमच्या कुटुंबावर जगातून उठायची पाळी आली होती. कसा, कुणाला ठाऊक, माझ्या वडिलांना महारोग झाला! मी फार लहान होतो तेव्हा. माझे वडील स्वभावानं फार चांगले. दुसऱ्याच्या उपयोगी पडणारे; पण गावातले सारे लोक त्यांना हिडीसफिडीस करू लागले. असं जगण्यापेक्षा मरण बरं, असं त्यांना वाटू लागलं. हे दामले गुरुजी देवासारखे भेटले त्यावेळी! त्यांनी वडिलांना आपल्या आश्रमात नेलं. कितीतरी वर्षं त्यांच्या जखमा धुतल्या, बांधल्या. त्यांचं औषधपाणी केलं. अगदी शेवटच्या क्षणापर्यंत. तुम्हीच सांगा, गुरुजी इतके आजारी आहेत, हे कळल्याबरोबर मी जर धावत आलो नसतो, तर—"

त्याला पुढे बोलवेना. तो डोळे पुसू लागला.

गाडी धावत होती. मधले स्टेशन मागे पडले. पुढल्या स्टेशनवर तो तरुण माझा निरोप घेऊन उतरला.

मी दगडासारखा स्तब्ध बसलो होतो. सकाळी मी जे पाहिले आणि आता मी

जे ऐकले, त्यांचा मेळ काही केल्या जमत नव्हता!

गाडी धावत होती. अधूनमधून मला डुलकी येत होती. मधेच एखाद्या विचित्र स्वप्नाने ती मोडत होती. नाही नाही ते मला स्वप्नात दिसत होते—

आकाशातल्या चांदण्या पटापट निखळून त्यांचे अग्निबाण होत होते. ते आगी लावीत सुटले होते. पृथ्वीवरले दगड भराभर वर जाऊन त्यांच्या लहान-मोठ्या चांदण्या बनत होत्या!

नरसिंह आपल्या नखांनी हिरण्यकशिपूचे पोट फोडीत होता; पण त्या पोटातून वाहणाऱ्या रक्तात नरसिंहाच्या डोळ्यांतून वाहणाऱ्या आसवांच्या धारा मिसळत होत्या!

'—पाणी, पाणी' म्हणत समुद्रातल्या एका होडीत माणसे चडफडत होती. त्या समुद्राचे वाळवंट होताच त्यातल्या खोल खोल विहिरींचे पाणी पिऊन समाधानाने सुस्कारा सोडीत होती.

मी स्वत:लाच विचारीत होतो,

'माणूस इतका उदात्त होतो? माणूस इतका पतित होतो? सत्य ही काय गोष्ट आहे? माणूस ही काय चीज आहे?'

सकाळी आठ वाजेपर्यंत याच प्रश्नांच्या भोवऱ्यात माझे मन भिरभिरत होते, गटांगळ्या खात होते.

गाडीचा वेग मंदावला. आता उतरायचे, म्हणून मी खालची बॅग व पिशवी काढून वर घेतली. सहज खिडकीतून बाहेर पाहिले.

गिरणीच्या धुराच्या लोटात देवळाचा कळस बुडून गेला होता. मधेच धूर थोडा विरळ झाला. कळस चमकला. पण तो क्षणभरच!

■

१९६०